கவிதை நயம்

க. கைலாசபதி நூல்கள்

இரு மகாகவிகள் (1962)

பண்டைத் தமிழர் வாழ்வும் வழிபாடும் (1966)

தமிழ் நாவல் இலக்கியம் (1968)

Tamil Heroic Poetry (1968)

ஒப்பியல் இலக்கியம் (1969)

அடியும் முடியும் (1970)

கவிதை நயம் (இணையாசிரியர்: இ. முருகையன்) (1970)

இலக்கியமும் திறனாய்வும் (1972)

சமூகவியலும் இலக்கியமும் (1979)

மக்கள் சீனம்: காட்சியும் கருத்தும்
(இணையாசிரியர்: சர்வமங்களம் கைலாசபதி) (1979)

திறனாய்வுப் பிரச்சனைகள்: க.நா.சு. குழு பற்றிய ஆய்வு (1980)

நவீன இலக்கியத்தின் அடிப்படைகள் (1980)

இலக்கியச் சிந்தனைகள் (1983)

பாரதி ஆய்வுகள் (1984)

ஈழத்து இலக்கிய முன்னோடிகள் (1986)

On Art and Literature (1986)

On Bharati (1987)

சர்வதேச அரசியல் நிகழ்வுகள் பற்றி, 1979-1982 (1992)

நாவலர் பற்றி கைலாசபதி (2005)

கவிதை நயம்

க. கைலாசபதி (1933–1982)

தமிழின் தலையாய மார்க்சிய இலக்கிய விமர்சகராக மதிக்கப்படும் கைலாசபதி, மலேசியாவின் கோலாலம்பூரில் பிறந்தவர். தாய்: தில்லைநாயகி; தந்தை: இளையதம்பி கனகசபாபதி.

கோலாலம்பூரில் தொடக்கக் கல்வி பயின்ற கைலாசபதி, இரண்டாம் உலகப் போரின் முடிவில் சொந்த ஊரான யாழ்ப்பாணம் திரும்பினார். யாழ்ப்பாணம் இந்துக் கல்லூரியில் இடைநிலை படித்த காலத்தில் மு. கார்த்திகேசன் தொடர்பினால் மார்க்சியத்தின்பால் ஈர்க்கப்பட்டார். பின்னர் கொழும்பு ராயல் கல்லூரியிலும் பேராதனைப் பல்கலைக் கழகத்திலும் படித்தார். பட்டம் பெற்றதும், 1957இல் கொழும்பு *தினகரன்* நாளிதழில் உதவியாசிரியரானார். 1958 முதல் 1961 வரை அதன் ஆசிரியராகக் கைலாசபதி இருந்த காலத்தில் *தினகரன்* ஈழத்து இலக்கியச் சூழலில் பெருந்தாக்கத்தை ஏற்படுத்தியது; முற்போக்கு இலக்கிய இயக்கம் காலூன்றுவதற்கும் காரணமானது. 1961இல் பேராதனைப் பலகலைக்கழகத்தில் ஆசிரியப் பணியைத் தொடங்கிய கைலாசபதி, 1963இல் இங்கிலாந்தின் பர்மிங்ஹாம் பல்கலைக்கழகத்தில் சேர்ந்து, புகழ்பெற்ற மார்க்சிய அறிஞர் ஜார்ஜ் தாம்சன் மேற்பார்வையில் பிஎச்.டி. பட்டம் பெற்றார். இந்த ஆய்வேட்டை ஆக்ஸ்போர்டு பல்கலைக்கழகப் பதிப்பகம் நூலாக வெளியிட்டது. 1966இல் இலங்கைக்குத் திரும்பிய கைலாசபதி, பேராதனையிலும் கொழும்புவிலும் பணியாற்றிய பின் 1974இல் யாழ்ப்பாணப் பல்கலைக்கழகம் நிறுவப்பட்டபோது அதன் தலைவராகவும் பேராசிரியராகவும் அமர்ந்து, அதன் வளர்ச்சியில் முக்கியப் பங்காற்றினார்.

ஐயோவா பல்கலைக்கழகப் படைப்பெழுத்துத் திட்டத்தின் ஃபெல்லோவாகவும் (1977), கலிபோர்னியா (பெர்க்லி) பல்கலைக்கழகத்தின் வருகைப் பேராசிரியராகவும் (1978) விளங்கிய கைலாசபதி, சீன அரசின் அழைப்பின்பேரில் சீனாவிற்கும் பயணம் மேற்கொண்டார்.

1982 டிசம்பரில் கைலாசபதி நோயுற்றுக் காலமானார்.

மனைவி: சர்வமங்களம். மகள்கள்: சுமங்களா, பவித்ரா.

இ. முருகையன் (1935–2009)

ஈழத்து நவீன கவிதையின் மூலவர்களில் ஒருவராகிய முருகையன், யாப்பை மீறாமலேயே கவிதையை நளினமாகவும் எளிமையாகவும் பேச்சோசை வடிவத்திற்கு மாற்றியவர்.

ஈழத்தின் நவீன மேடைப்பா நாடகங்கள் *(கடூழியம்)*, காவியங்கள் *(ஆதிபகவன், கோபுரவாசல், பில்கணீயம், தகனம்)* ஆகியவற்றின் எழுச்சியில் முருகையன் மிக முக்கியமானவர்.

ஒத்திசையும் மொழிவளமும் குன்றாமல ஆங்கிலத்திலிருந்து தமிழுக்குக் கவிதைகளைச் சிறப்பாக மொழிபெயர்த்தவர் (*ஒருவரம்* – தொகுப்பு).

‘கவிதை நயம்’ என்னும் இந்நூல்
மார்ச் 1970இல் கொழும்பு, விஜயலட்சுமி புத்தகசாலை
வெளியிட்ட முதற் பதிப்பை அடியொற்றியது.
இந்த நூலை மேற்பார்த்து உதவிய
முனைவர் ப. சரவணனுக்கு நன்றி.

க. கைலாசபதி
இ. முருகையன்

கவிதை நயம்

காலச்சுவடு பதிப்பகம்

அன்பார்ந்த வாசகருக்கு,
வணக்கம்.

காலச்சுவடு நூலை வாங்கியமைக்கு நன்றி.

நூலின் உள்ளடக்கம், உருவாக்கம், அட்டைப்படம் இன்ன பிற அம்சங்கள் பற்றிய உங்கள் கருத்துகளையும் ஆலோசனைகளையும் காலச்சுவடு வரவேற்கிறது. தகவல், எழுத்து, வாக்கியப் பிழைகள் தென்பட்டால் கட்டாயம் தெரிவித்து உதவுங்கள். நூல் தயாரிப்பில் கடும் குறைபாடு இருப்பின் மாற்றுப் பிரதி உங்களுக்குக் கிடைக்கக் காலச்சுவடு ஏற்பாடு செய்யும்.

மின்னஞ்சல்: publisher@kalachuvadu.com

காலச்சுவடு நாகர்கோவில் தலைமையகத்துக்கும் கடிதம் அனுப்பலாம்.

தங்கள்
எஸ்.ஆர். சுந்தரம் (கண்ணன்)
பதிப்பாளர் – நிர்வாக இயக்குநர்

கவிதை நயம் ♦ திறனாய்வு ♦ ஆசிரியர்: க. கைலாசபதி, இ. முருகையன் ♦ © சுமங்களா கைலாசபதி ♦ முதல் பதிப்பு: மார்ச் 1970 ♦ காலச்சுவடு முதல் பதிப்பு: டிசம்பர் 2019 வெளியீடு: காலச்சுவடு பப்ளிகேஷன்ஸ் (பி) லிட்., 669, கே.பி. சாலை, நாகர்கோவில் 629001

காலச்சுவடு வெளியீடு: 933

kavitai nayam ♦ Literary Criticism ♦ K. Kailasapathy, R. Murugaiyan ♦ © Sumangala Kailasapathy ♦ Language: Tamil ♦ First Edition:March 1970 ♦ Kalachuvadu First Edition: December 2019 ♦ Size: Demy1 x 8 ♦ Paper: 18.6 kg maplitho ♦ Pages: 112

Published by Kalachuvadu Publications Pvt. Ltd., 669, K.P. Road, Nagercoil 629001, India ♦ Phone: 91-4652-278525 ♦ mail: publications@kalachuvadu.com ♦ Wrapper printed at Print Specialities, Chennai 600014 ♦ Printed at Mani Offset, Chennai 600077

ISBN: 978-81-943956-8-3

12/2019/S.No.933, kcp 2473, 18.6 (1) 9ss

பொருளடக்கம்

	முன்னுரை	9
1.	படைப்பும் நயப்பும்	13
2.	உவமையும் உருவகமும்	20
3.	கற்பனையின் பங்கு	34
4.	ஓசை மேல் ஆசை	49
5.	சொல்வளம்	61
6.	பரவசமும் பகுப்புணர்வும்	75
7.	கவிதையின் உயிர்	93
	அனுபந்தம்: *பயிற்சிப் பாடல்கள்*	99
	பொருளகராதி	110

முன்னுரை

கவிதையாக்கம் குறித்து முரண்பட்ட இரண்டு எண்ணங்கள் எம்மிடையே நிலவுகின்றன: இயல்பாகச் சிலருக்கு அமைந்த ஒருவகைப் படைப்பாற்றலின் வெளிப்பாடே கவிதை என்பர் ஒரு சாரார்; இலக்கண இலக்கியங்களைக் கற்றுத் தேர்ந்தவர்கள், பயிற்சியினாற் பாடுவது கவிதை என்பர் மற்றொரு சாரார். இவ்விரு கூற்றுக்களிலே ஒன்றே உண்மை என்று நாம் ஏற்கவேண்டியதில்லை. அதுமட்டுமன்று; ஒன்றை மாத்திரம் பிரதானப்படுத்துவது உண்மையைத் தேடும் முயற்சிக்கு வீணே வரம்புகட்டுவதுமாகும்.

கவிதை ஆக்கத்தில் இயற்கைத் திறனா அன்றிப் பயிற்சியா முக்கியமானது என்னும் வினாவிற்கு விடையளிப்பது ஒருகால் வில்லங்கமாயிருப்பினும் கவிதையைச் சுவைப்பதற்குப் பயிற்சி வேண்டும் என்பதில் எவ்வித ஐயப்பாடும் இருக்கவியலாது. சமையலுக்கு உகந்த காய்கறிவகைகளைத் தெரிந்து வாங்குவதிலிருந்து, விலையுயர்ந்த வைரக் கற்களைத் தரம்பிரித்தறிவதுவரையில் எவ்வகைப் பயனீட்டலிலும் கூர்ந்து வேறுபாடு உணர்தல் இன்றியமையாதது. இவ்வறிதிறன் ஒருவருடன் கூடப்பிறப்பதில்லை; பயிற்சியினாற் கைவருவதே. நவீன அறிவியல் முன்னோடிகளில் ஒருவரான பேகன் *(Bacon)* ஒரு சந்தர்ப்பத்திற் பின்வருமாறு குறிப்பிட்டார்: "இயற்கைத் தாவரங்களைப் போன்றன ஒருவருக்கு இயல்பாயமைந்த திறன்கள்; பயிற்சியினால் அவை நறுக்கி விடப்படவேண்டியவை."

கவிதையை நயத்தல் என்பது முடிவற்ற பயிற்சியாகும். அதனைக் கருதியே 'நவில்தொறும் நூல் நயம்' என்றனர் வள்ளுவர் 'அறிதொறும் அறிதொறும் அறியாமை கண்டறிதல்' என்னும் கற்றல் விதி, கவிதையையும் உள்ளடக்கியதுதான். இவ்வுணர்வுடன் இயற்றப்பட்டதே இச்சிறு நூல். அரசவையிலும் புலவர் குழுக்களிலுமே ஒரு காலத்திற் கவிதை ரசனை நடந்தது. இன்று, பள்ளிக்கூடங்களிலும் பல்கலைக்கழகத்திலும் பத்திரிகைகளிலும் கவிதை நயப்பு நடத்தப்படுகின்றது. இலக்கிய மாணவராயும் எழுத்தாளராயும் ஆசிரியராயும் ஏறத்தாழ இருபது வருடங்களுக்கு மேலாகக் காலங்கழித்துள்ள நாம், இளமாணாக்கர் கவிதையைத் தக்கபடி சுவைத்துணர்வதற்கு உதவும் கைந்நூல்கள் தமிழில் இல்லாமையைப் பலகால் உணர்ந்துவந்திருக்கிறோம்.

ஞானியர், ஓடும் செம்பொனும் ஒக்க நோக்குபவராயிருத்தல் கூடும்; ஆனால் இலக்கிய மாணாக்கர் அசலுக்கும் நகலுக்கும் தர வேறுபாடு காணப் பழகிக்கொள்வது அத்தியாவசியம். கவிதைக் கலை பற்றி இரு வகையான நூல்கள் எம்மிடையே உலவுகின்றன. *தொல்காப்பியம்* முதற்கொண்டு வழிவழி வரும் செய்யுளிலக்கண நூல்கள் ஒரு வகையின; இவை பெரும்பாலும் சூத்திர வடிவிலும் விதிமுறை வடிவிலும் அமைந்தவை. மேனாட்டு இலக்கியக் கோட்பாடுகளைத் தழுவித் தமிழிலெழுந்தவை இன்னொரு வகையின; இவை பெரும்பாலாக அரிஸ்தோத்தலிலிருந்து அபெர்குரொம்பி வரை யீறாகவுள்ள மேலைப் புலப்பாட்டியல் நூலார் கருத்துக்களைப் பல வடிவங்களிலே தருபவை. இவ்விருதிறத்து நூல்களும் ஆரம்ப நிலையிலுள்ள மாணாக்கருக்கு அத்துணைப் பயன் தருவன அல்ல. (இக்குறைபாடு பிற துறைகளிலும் காணப்படுவ தொன்றேயாகும்.)

இந்நாட்டிலே, கல்விப் பொதுத் தராதரப் பத்திரத் தேர்வுக்கு எழுதும் மாணவரும் பல்கலைக்கழக மாணவரும் வெவ்வேறு அளவிற் கவிதை நலனாய வேண்டியவராயிருக்கின்றனர். பல மாணாக்கர்கள் கவிதையைச் சுவைத்து அதுபற்றி ஏதாகிலும் எழுதுகின்றனர் எனக் கூறவியலாது. இலக்கியக் கோட்பாடுகளிலும் பார்க்க, கவிதையின் இயல்புகளையே இவர்கள் முக்கியமாகத் தெரிந்திருத்தல் வேண்டும்; கவிதைபற்றிய மூலாதாரங்களை அறிந்திருக்க வேண்டும். அத்தேவையை மனங்கொண்டே இந் நூல் – ஒரு வழித்துணையாக – எழுதப்பட்டுள்ளது. ஆயினும், இலக்கிய உலகிற் சஞ்சரிக்கும் பிறருக்கும் – குறிப்பாக இளங்கவிஞர்க்கும் – இந்நூல் ஓரளவு பயனுடையதாயிருக்கும் என்றே நம்புகிறோம்.

இன்று எமது சமுதாயத்திற் பொதுவாக இலக்கிய ஆர்வமும் எழுச்சியும் காணப்படுகின்றன. எனினும், இவற்றைத் தகுந்த முறையில் நெறிப்படுத்தவும் மேன்மேலும் வளர்க்கவும் உகந்த அடிப்படை வலுவற்றிருப்பது மனங்கொள்ள வேண்டியது. கவிதை மாத்திரமல்லாது கவிதா ரசனையும் பலரைப் பொறுத்தவரையில் வாய்பாடாகவே அமைந்துவிடுகிறது. இலக்கிய அரங்குகளிலும் இலக்கிய இதழ்களிலும் கவிதை சம்பந்தமாக அவ்வப்போது நடைபெறும் சர்ச்சைகள் சிலவற்றைப் பார்க்கும்பொழுது வள்ளுவர் குறள் ஒன்று நினைவுக்கு வருவதுண்டு:

அரங்குஇன்றி வட்டாடி அற்றே நிரம்பிய
நூல்இன்றிக் கோட்டி கொளல்.

இந்நிலையிலே, பொதுவாக இலக்கிய ரசிகர்களும் சிறப்பாகக் கவிதை கற்கும் மாணாக்கரும், ஒரோவழி கவிதை கற்பிக்கும் ஆசிரியரும் இந்நூலைப் பயன்படுத்துவர் என எண்ணுகிறோம். கவிதையைப் பற்றிய நூலாதலின் இதிற் பல கவிதைகளை மேற்கோள் காட்டியுள்ளோம். பழங்காலக் கவிதைகளிலிருந்து மிகச் சமீபத்திலே எழுதப்பட்ட கவிதைத் துணுக்குகள் வரை உதாரணங்களாக எடுத்தாளப்பட்டிருக்கின்றன. மேலே நாம் குறிப்பிட்டிருப்பதுபோல், கவிதையைப் பற்றிய கோட்பாடுகளை இந்நூலில் வெகு குறைவாகவே கையாண்டுள்ளோம். ஆயினும், இந்நூலாக்கத்திற்குப் பல ஆங்கில நூல்கள் துணைபுரிந்தன என்பதைக் குறிப்பிட விரும்புகிறோம்.

ரசனைப் பயிற்சியே இந்நூலின் பிரதான நோக்கமாதலால் பின்னிணைப்பாகச் சில கவிதைகள் தந்திருக்கிறோம். இவையும் வழிவழி வருவனவே. ஆசிரியருக்கும் மாணாக்கருக்கும ஒருசேர இவை உபயோகமாயிருக்கும் என்று நம்புகிறோம். பயனுடைமை ஒன்று மாத்திரம் கருதியே இச்சிறுநூலை எழுதினோம். ஆகவே, இதனைப் பயன்படுத்துவோர் காலக்கிரமத்திற் கூறும் ஆலோசனைகளையும் குறிப்புக்களையும் பயன்படுத்தி அடுத்துவரும் பதிப்புக்களில் மாற்றங்களும் திருத்தங்களும் செய்ய எண்ணியிருக்கிறோம்.

இதனை வெளியிட முன்வந்த விஜயலட்சுமி புத்தகசாலையினருக்கு எம் நன்றி.

க. கை.
இ. மு.

(முதல் பதிப்பிற்கான முன்னுரை)

1

படைப்பும் நயப்பும்

1

கவிதை என்றொரு பொருள் தோன்றிய காலமுதலே கவிதையை நயந்து சுவைக்கும் துறையும் தோன்றிவிட்டது எனலாம். ஒன்றை ஒன்று இன்றியமையாதது என்றும் கூறிவிடலாம். மனிதன் படைத்த இலக்கிய வடிவங்களுள், கவிதையே, அதாவது பாட்டே, காலத்தால் முந்தியதாதலின் பாட்டைச் சுவைத்து அதில் ஈடுபடும் இயல்பு மிகப் பழமையானது என்பதில் ஐயமில்லை. ஆயினும் கவிதையை நோக்கும் மக்கள் வெவ்வேறு காலங்களில் வெவ்வேறு தன்மைகளை அதிலே கண்டுள்ளனர், என்பதும் நினைவுகூர வேண்டியதொன்றே. மிகப் பழங்காலத்திலே கவிதையானது மந்திர உச்சாடனங்களாகவே அமைந்திருந்தது; இயற்கையைத் தன்வசப்படுத்த விரும்பிய மனிதன், அதனை ஏவல்கொள்வது போலவும், அதற்குக் கட்டளை இடுவது போலவும் சுருங்கிய செறிவான சொற்களில், பாடல்களை ஜெபித்தான் என்பர். வடமொழியிலுள்ள வேதகீதங்கள் யாவும், பிறமொழிகளிலே காணப்படும் புராதன பாடல்களும் இப்படிப்பட்டனவே. இறைவழிபாட்டுடனும் சமயச் சடங்குகளுடனும் மேற்கூறிய பாடல்கள் நெருங்கிய தொடர்புடையன. எனவே, மிகப் பழங்காலத்துப் பாக்களிலே கவிதையானது மந்திரத்தொழிலின் பிரிக்கமுடியாத ஓர் அங்கமாகக் காணப்பட்டது.

எனவே, அக்காலத்து மக்கள் கவிதையில் மந்திரச் சொல்-திறத்தைக் கண்டனர் எனலாம். எமது காலத்துப் பாரதியார் கூட, "மந்திரம்போல் வேண்டுமடா, சொல்லின்பம்" என்றார். வேறொரு காலத்திலே கவிதையானது அறநெறிகளை எடுத்துரைப்பதற்கு ஒரு சாதனமாகக் கொள்ளப்பட்டது.

தமிழிலே வழங்கும் பதினெண் கீழ்க்கணக்கு நூல்களும் பிற நீதி நூல்களும் இந்த அடிப்படையிலே தோன்றியனவே. கவிதையானது கற்றறிந்த மாந்தரால் உலகத்தார்க்கு நல்லொழுக்கத்தைப் புகட்ட அமைந்த கருவி என்று ஒரு காலத்திற் கொண்டனர்; பிறிதொரு காலத்திலே, பாடல்கள் பக்தியுணர்ச்சியைப் புலப்படுத்த ஏற்ற சாதனமாகக் கருதப்பட்டன. இந்த அடிப்படையிலேதான் திரிசிரபுரம் மகாவித்துவான் மீனாட்சிசுந்தரம் பிள்ளையும், பெரியபுராணம் பாடிய சேக்கிழார் பெருமானை, "பக்திச்சுவை நனி சொட்டச் சொட்டப் பாடிய கவி வலவ" என்று குறிப்பிட்டார். எமது நூற்றாண்டிலே புதுயுகக் கவிஞரான பாரதியும், தேச விடுதலை, நாட்டு முன்னேற்றம் முதலிய அரசியல், சமூகப் பொருளைக் கவிதையிற் பாடிப் போயினர். அதைத் தொடர்ந்து இப்பொருட்களே இக்காலத்திற் கவிதையிற் பெருவழக்காயுள்ளன. இன்னும் உலகின் பல்வேறு மொழிகளிலும், தொன்று தொட்டே வானசாத்திரம், வைத்தியம், வரலாறு, போர்க்கலை, தருக்கம், தத்துவம் முதலிய அறிவுத்துறைகள் பலவற்றைச் செய்யுட்களில் எழுதிவைத்துப் போயினர். எமது மொழியிலே சித்தர் வாக்குகள் என்று வழங்கும் நூல்கள் இதற்குச் சிறந்த உதாரணங்களாம்.

இவற்றையெல்லாம் நோக்கும்பொழுது சில உண்மைகள் எமக்குப் புலனாகின்றன. முதலாவதாக, கவிதை மிகப் பழமை வாய்ந்த இலக்கிய வடிவம்; எனவே, அது நன்கு மெருகேற்றப்பட்டுள்ளது. இரண்டாவதாக, எந்தப் பொருளையும் கவிதையாக்கலாம்; கவிதைக்கென்றே பிரத்தியேகமான – சிறப்பான – பொருள் கிடையாது. மூன்றாவதாக, சொற்கள் தாம் கவிதையிலே அதிமுக்கியமாக விளங்குகின்றன. கவிதையின் கதையானது சொற்களின் கதையாகும். நான்காவதாக, கவிதையிலே இசைத்தன்மை அல்லது ஓசைச் சிறப்பு உண்டு. கவிதை என்றால், வாய்விட்டுப் பாடக்கூடியது. அதன் காரணமாகப் பாட்டு என்றும் கவிதையைக் குறிப்பிடுகிறோம். 'உரையும் பாட்டும்' என்றே பழைய தமிழாசிரியரும் கூறுவர். பொதுவாகக் கூறுமிடத்து, எல்லாக் காலத்திலும் கவிதையின் பொருள் வேறுபட்டுக் காணப்படினும், அது படிப்போருக்கும் கேட்போருக்கும் இன்பத்தையும் உயர் இலட்சியங்களையும் அளிப்பதாக இருக்கிறது. கவிதையின் பண்பும் பயனும் அது எனலாம். இதனை அனுபவிக்க உதவுவதே கவிதை நயப்பின் நோக்கமாகும்.

2

ஒவ்வொரு செம்மை சான்ற மொழியிலும் இலக்கியத் திறனாய்வு அல்லது நலனாய்தல் இலக்கிய வளர்ச்சிக்கு அத்தியாவசியமாகக் கருதப்படுகிறது. இலக்கியத் திறனாய்விலும், கவிதைத் திறனாய்வு மிகச் சிறந்த இடத்தை வகிக்கிறது. தனிப்பட்ட மனிதர்களைப் போலவே, வெவ்வேறு காலப்பகுதிகளும் கவிதையின் சிற்சில பண்புகளை விதந்து சிறப்பாகப் போற்றுகின்றன. உதாரணமாக, தமிழ்க் கவிதை உலகிலே ஒரு காலப்பகுதியில் சொல்லலங்காரம் மிகவும் சிறப்பாகப் போற்றப்பட்டது. கடினமான சொற்களும், பல பொருள் தரும் சொற்களும், சிலேடையும் சிறந்த கவித்துவத்துக்கு எடுத்துக்காட்டாகக் கொள்ளப்பட்டன. பதினான்காம் பதினைந்தாம் நூற்றாண்டுகளில் இது காணப்பட்டது. ஆயினும் நமது காலத்திலே இது கவித்துவத்துக்கு முரணானதொன்றாகக் கருதப்படுகிறது. எளிமையும் பொருளாழமுமே புகழ்ந்துரைக்கப்படுகின்றன. "பழகு தமிழ்க் கவிதை" என்னும் வழக்கு, செல்வாக்குப் பெற்றுள்ளது. இது பற்றிச் சுப்பிரமணிய பாரதி பின்வருமாறு குறிப்பிட்டுள்ளார்.

> எளிய பதங்கள், எளிய நடை, எளிதில் அறிந்து கொள்ளக் கூடிய சந்தம், பொது ஜனங்கள் விரும்பும் மெட்டு, இவற்றினையுடைய காவியம் ஒன்று தற்காலத்திலே செய்து தருவோன் நமது தாய்மொழிக்குப் புதிய உயிர் தருவோன் ஆகிறான். ஓரிரண்டு வருஷத்து நூற்பழக்கம் உள்ள தமிழ் மக்கள் எல்லோருக்கம் நன்கு பொருள் விளங்கும்படி எழுதுவதுடன் காவ்யத்துககுள்ள நயங்கள் குறைவுபடாமலும் நடத்துதல் வேண்டும்.

பாஞ்சாலி சபதம் என்ற நவீன காவியத்துக்குக் கவிஞர் எழுதிய முன்னுரையிற் காணப்படுவது இக்கூற்று. கவனிக்கவேண்டிய சில கருத்துக்கள் இம்மேற்கோளில் உள்ளன. எளிமையை வற்புறுத்தும் அதே சமயத்தில், 'காவியத்துக்குள்ள நயங்களும்' வற்புறுத்தப்படுகின்றன. இந்நயங்களைக் கண்டறிவதற்குத் துணைபுரிவதே கவிதைத் திறனாய்வு ஆகும்.

'சேர வாரும் செகத்தீரே' என்று கவிஞன் ஒருவன் பாடியதைப் போல், கவியின்பம் காண வாரீர் என்று அழைப்பதே திறனாய்வாளனின் முக்கிய நோக்கம்; கவிதையைச் சித்திரவதை செய்வது அன்று; திறனாய்வு என்பது அறுவை வைத்தியம் போன்றது எனச் சிலர் தவறாகக் கருதுவது உண்டு. புறத்தோற்றத்தைக் கண்டு அவ்வாறு கருதுகின்றனர் என்றும் கூறலாம். கவிதை என்பது பல கூறுகளினால் ஆகிய கூட்டுப்

பொருள். சொல், பொருள், ஓசை, அலங்காரம், சொல்லுக்கு அப்பாற் குறிப்பாக நிற்கும் உணர்வு ஆகிய பல அம்சங்கள் அதனுள் அடங்கியுள்ளன. இத்தகைய பல உறுப்புகள் 'அளவாகக் கலந்து பிரிக்கமுடியாவண்ணம் இயைந்து இருப்பதுதான் கவிதை. நன்னூலாசிரியர் இதனை ஓரளவுக்கு விளக்க முற்பட்டார்.

பல்வகைத் தாதுவின் உயிர்க்குடல் போல், பல
சொல்லால், பொருட்கு இடனாக, உணர்வினின்
வல்லோர் அணி பெறச் செய்வன செய்யுள்

என்பது பவணந்தியார் கூற்று. ஊன், உதிரம், தோல், எலும்பு, கொழுப்பு முதலிய பல்வகையான தாதுக்களால் அமைந்த உடலில் உயிர் உறைகின்றது. உடலை உடை, நகை, மலர், வாசனைத் திரவியங்கள் முதலிய பல அழகுப் பொருட்களினால் அவரவர் விருப்பத்திற்கு இசைய அலங்கரிக்கின்றனர். சிறப்பாக அலங்காரம் செய்ய வல்லவர்களும் உளர். அதைப் போலவே பல வகைச் சொற்களினால், பொருள் குடி கொள்ளும் வகையில் அமைந்து, கவித்திறன் வாய்க்கப் பெற்றவரால் அழகுபடுத்தப் பெறுவது செய்யுள் என்று மனித யாக்கைக்கும் கவிதைக்கும் உடன்பாடு காட்டுகிறார் இலக்கண ஆசிரியர். இது மிகவும் இலகுபடுத்திய வரையறை என்றே கொள்ளுதல் வேண்டும். எனினும், கவிதை பல கூறுகளினால் ஆகியது என்பதைத் தெளிவாக்குகிறது. இக்கருத்தையே ஒரு கவிதையாக்கிவிட்டார் பாரதியார். *பாஞ்சாலி சபதத்தில்* திருதராட்டிரன் ஆணைப்படி மண்டபம் ஒன்று நிறுவப்படுகிறது.

வல்லவன் ஆக்கிய சித்திரம் போலும்
வண்மைக் கவிஞர் கனவினைப் போலும்,
நல்ல தொழில் உணர்ந்தார் செயல் என்றே
நாடு முழுதும் புகழ்ச்சிகள் கூற
கல்லையும் மண்ணையும் பொன்னையும் கொண்டு
காமர் மணிகள் சில சில சேர்த்து,
சொல்லை இசைத்துப் பிறர் செயுமாறே
சுந்தரமாமொரு காப்பியம் செய்தார்.

கட்டிடங்களை நிருமாணிப்பவர்கள் கல், மண் முதலியவற்றால் சுவர், தூண் முதலியவற்றை எழுப்பிப் பின்னர் பொன், மண், கண்ணாடி முதலியவற்றால் அலங்கரிப்பது போலவே சொற்களைக் கொண்டு சுதி கூட்டி, கவிஞனும் காவியக் கட்டிடத்தைச் சமைக்கிறான் என்பது பாரதி கூறும் செய்தி. இதிலும், கவிதை பல கூறுகளினால் ஆயது என்னும் உண்மை துலக்கமுறுகிறது. இக்கூற்று மிக அடிப்படையானது. தனிச் செய்யுளுக்கும் தொடர்நிலைச் செய்யுளுக்கும் ஒப்ப அமைந்தது இவ்வுண்மை.

இதனாலேதான் மேல் நாட்டு இலக்கிய ஆய்வாளர் காவியத்தைப் பெரியதொரு மண்டபத்துக்கு ஒப்பிட்டு, பல்வேறு பகுதிகள் அளவாயமையுந் திறனை architectonics என்பர். கம்பனுடைய காவியத்தை அவ்வாறு திறனாய்ந்து காண முற்பட்டவர் வ.வே.சு. ஐயர். ஒரு கோயிலை எடுத்துப் பார்த்தால், வீதிகள், கோபுரம், கோபுர வாசல், கொடிக்கால் மண்டபம், மூலத்தானம், திருவுருவங்கள் ஆகியன பொருத்தமான அளவில் அமைந்து காணப்படுகின்றன அல்லவா? அதைப் போலவே ஒரு தனிக் கவிதையில் அல்லது காவியத்தில் பல்வேறு அம்சங்களின் பொருத்தப்பாடு ஊன்றிக் கவனிக்கத்தக்கது. இப்பொருத்தம் அல்லது பொருத்தமின்மை ஆகியவற்றைக் கூர்ந்து நோக்கி, ஒரு முடிபுக்கு வர உதவுவதே திறனாய்வின் நோக்கமாகும்.

ஓவியம், சிற்பம், இசை போன்ற பிற நுண்கலைகளை விட, கவிதை ரசனையும் விளக்கமும் சற்றுக் கடினமானவை என்பர். கற்பனை, ஒலிச் சிறப்பு, யாப்பமைதி, அணி நலம், தொடை நயம், குறிப்புப் பொருள், சுவைகள் ஆகியனவெல்லாம் பொலியுமாறு கவிதை படைக்கப்படுகிறது என்று கூறுகிறோம். இவையெல்லாம் சொற்களின் அமைப்பிலும், அவற்றைப் புலவன் கையாளும் வகையிலுமே தங்கியுள்ளன. ஆனால், சொற்களோ மனிதன் தனது அன்றாட வாழ்க்கையிலே சர்வ சாதாரணமாகப் பயன்படுத்துவன ஆகும். குழந்தைகள் முதல் முதியோர் வரை, கல்லாதவர் தொடக்கம் கற்றோர் வரை ஒரு மொழியிலுள்ள சொற்களைப் பயன்படுத்துகின்றனர். பல சமயங்களில் முறை பிறழவும் பயன்படுத்துவர். இத்தகைய மூலப்பொருளையே – அதாவது சொற்களையே – கவிஞரும் தமது கைப்பொருளாகக் கொண்டு கவிதை படைக்க முற்படுகின்றனர். சொற்களை ஒன்றுடன் ஒன்று சேர்ப்பதிலும், அவற்றிடையே மண்டிக் கிடக்கும் உயிராற்றலை வெளிக்கொணர்வதிலுமே கவிஞனின் தனிச் சிறப்புக் காணப்படுகிறது. கவிதா இரகசியத்தைப் பாரதியார் கவிதையாகவே பாடிக் காட்டுகிறார்.

> கல்லை வயிர மணி ஆக்கல் – செம்பைக்
> கட்டித் தங்கம் எனச் செய்தல் – வெறும்
> புல்லை நெல் எனப் புரிதல்...

சாதாரண கல்லை வயிர மணி ஆக்குதல்தான் கவிஞனின் தனிச் சிறப்பு. சொற்கள் மூலமாக அவை குறிக்கும் சாதாரண பொருளும், கவிதையில் வரும் பெருந் தத்துவப் பொருளாகி விடுகிறது. ஈழத்துக் கவிதை ஒன்று இதனைத் தெளிவாகக் கூறுகிறது.

சாதாரணமான சம்பவங்கள்கூடத்
தத்துவத்தை
ஆதாரமாக்கி அமைந்து கிடத்தல்
அதிசயம்தான்.

கருங்கல்லையும் கனிவான உயிர்த் துடிப்புள்ள சிற்ப வடிவ மாகச் சிற்பி உருவாக்குவது போல், திரைச்சீலையிலே வர்ணத்தின் துணை கொண்டு முப்பரிமாணத்தை ஓவியன் காட்டுவது போல், சாதாரண சொற்களைக் கொண்டு சொல்லினுக்குள் எளிதாக நின்றிடாத பொருளையெல்லாம் சொல்லில் வசப்படுத்திவிடுகிறான் கவிஞன். சொற்களைத் தெரிவு செய்வதில் நுண்ணிய கவனம் செலுத்துகிறான். "அம்சொல் நுண் தேர்ச்சிப் புலவர்" என்று சான்றோர் செய்யுள் ஒன்று குறிப்பிடுகிறது. இது காரணமாகவே மேல் நாட்டுத் திறனாய்வாளரும் சிறந்த சொற்கள், சிறப்பான ஒழுங்கில் அமைந்தது கவிதை என்று கூறுவர்.

ஒரு சொல்லிற்குப் பொருளாற்றலும் ஒலியாற்றலும் உண்டு. இவ்விரு தன்மைகளையும் சிறந்த வகையிற் புலப்படுத்துவது கவிதையாகும். பல உத்திகளைக் கையாண்டு, இவற்றைப் புலப்படுத்துகிறான் கவிஞன். எனவே, இவ்வுத்திகளை அறிந்து கொள்வது கவிதையைச் சுவைப்பதற்கு இன்றியமையாது வேண்டப்படுகிறது.

3

அதே சமயத்தில், போலியும் எங்கும் நிறைந்து காணப்படும். போலிகளைக் கண்டு ஏமாறாமல் இருப்பதும் முக்கியமாகும். விளம்பரம் போன்ற சாதனங்களிற் கவிதை கையாளப்படுகிறது. திரைப்படங்களிலும் கவிதை இடம் பெறுகிறது. பிற சமூக வைபவங்களிலும் கவிதை படிக்கப்படுகிறது. இத்தகைய இடங்களில் எல்லாம் கவிதையைத் தரம் அறிந்து சுவைக்கச் சில அளவுகோல்கள் தேவை. திறனாய்வுப் பயிற்சி அவ்வளவுகோல்கள் பற்றிய ஞானத்தை எமக்கு உதவுகிறது. தர நிர்ணயமற்ற இலக்கிய ரசனையானது எவ்விதப் பயனுமற்றது. ஆங்கில நாடகாசிரியர் ஒஸ்கார் வைல்ட் ஒரு சந்தர்ப்பத்திற் கூறியது இங்கு நினைவுகூரத் தக்கது. "ஏல விற்பனையாளன் ஒருவனே எல்லாப் பொருட்களையும் வேறுபாடின்றி ஆர்வத்துடன் நோக்குபவனாய் இருப்பான்."

பழையனவும் புதியனவுமாகப் பல்லாயிரக் கணக்கான கவிதைகள் எமது மொழியில் உள்ளன. இவற்றிடையே சுவையானவற்றைத் தெரிந்தெடுக்கவும், சுவைக்கவும், அவற்றிற் காணப்படும் வாழ்க்கையனுபவத்தின் அடிப்படையில் எமது

உணர்வினைப் பண்படுத்தவும், நல்லறிவு பெறவும், முதற்கண் கவிதையை உரைத்துத் தரங்காணப் பழகிக்கொள்ளல் அத்தியாவசியமாகும். அதுவே நலனாய்வின் முதலும் முடிவும் ஆகும். கவிநயங் காணல் என்பது பகுத்தாய்தலும் தொகுத்து நோக்குதலும் ஒருங்கே அமைந்த பயிற்சி முறை. கவிதையின் பல்வேறு கூறுகளைத் தனித்தனி இனங்கண்டு கொள்வது பகுத்தாய்தலாகும். அந்த வகையிலே கவிதையை அவயவி என்று கூற முடியும். அதாவது பல உறுப்புகளை உடையது என்பது பொருள். அதே சமயத்தில் அவயவங்களைத் தனியே பார்ப்பதோடு அமையாது, அவயவியாகிய மனிதனையும் அவனது மகோன்னதத்தையும் காண்பதுபோல உறுப்புகளைத் தொகுத்து, அவை குறிக்கும் உன்னதமான கவியுள்ளத்தைக் காண்பதே திறனாய்வின் பண்பு. அது தொகுத்துப் பார்த்தலாகும். பகுத்தும் தொகுத்தும் பார்க்கக் கற்றுக்கொண்டால் பின்னர் கவிதை நயப்பானது உயர்நிலையை அடைந்துவிடும். ஏனெனில், உண்மையிலே கவியைச் சுவைப்பது என்பது அதனைத் துருவித்துருவித் தேடுவதாகும். பாடிய கவிஞனைப் பற்றியும், படிப்பவரைப் பற்றியும், உலகத்தைப் பற்றியும் புதிய புதிய உள்ளக்காட்சிகளைத் தருவது கவிதை. இவ்வகக் காட்சிகள், கவிஞனது படைப்பிலே ஏதோவோர் ஒழுங்கிலே அமைந்து கிடக்கின்றன அதேயளவு ஒழுங்குடன் கவிதையை அணுக எம்மைப் பழக்குவதே திறனாய்தலாகும். ஒரு கவிதையைப் படிக்கும்போது எமது ஏற்புத்திறனானது எமது பயிற்சியையும் பொறுத்திருக்கிறது. இலக்கிய நலனாய்வு என்பது பயிற்சிதான். பயிற்சியானது முடிந்த முடிபு அன்று. ஆயினும் கவிதையைச் சுவைக்கும்போது பயிற்சியும் அவசியமான அந்தமாகி விடுகிறது. அதனையே அடுத்து வரும் அதிகாரங்களில் நாம் காண்போம்.

~ ~

2

உவமையும் உருவகமும்

1

கவிதையிலே சாதாரணமான சொற்கள் அசாதாரணமான ஆற்றலைப் பெற்று விளங்குகின்றன என்று கூறுவர். அவ்வாறாயின், அது சாத்தியமாதற்குச் சில உத்திகள் அவசியமாயுள்ளன. கவிஞன் கையாளும் இவ்விசேட உத்திகளுள் ஒன்று உவமையாகும். உவமை என்பது ஒரு பொருளைப் பிறிதொரு பொருளுக்கு ஒப்பிட்டுக் கூறுதல். இரு வேறுபட்ட பொருட்களை ஒப்புநோக்கிக் காட்டுவதன்மூலம், சம்பந்தப்பட்ட சொற்களின் பொருளாற்றலை அதிகப்படுத்துகிறான் கவிஞன். உவமையும் உருவகமும் ஒரே அடிப்படையிலிருந்து தோன்றுவன. உவமையை அணி என்று குறிப்பிட்டனர் எமது பழைய இலக்கண ஆசிரியர்கள். உவமையணி கவிதையில் மட்டும் காணப்படுவது அன்று. உரைநடையிலும் விரவி வரும். அது மட்டுமன்றி மக்களின் அன்றாட உரையாடல்களிலும் பேசுவோர் தமது கூற்றை அழுத்திப் பேச முற்படும்போது உவமை இடம்பெறுகிறது. சாதாரணமாக மொழியிலே பரந்து காணப்படும் எத்தனையோ உவமைகளை நாம் கவனித்துப் பார்ப்பதில்லை. பேச்சோடு பேச்சாக அவை அமிழ்ந்து விடுகின்றன. அடிக்கடி பேச்சில் அடிபட்டு அவற்றின் சக்தி குன்றிவிட்டது எனலாம். ஆயினும், அவையும்

உவமைகள்தாம். வெயில் 'நெருப்பாய்' எரிக்கிறது. மைதானத்திலே சனம் 'வெள்ளமாய்க்' கிடந்தது. கோபத்தாற் 'கொதிக்கிறார்' ஒருவர். அன்பு 'சுரக்கிறது' ஒருவருக்கு. 'பொம்மை மாதிரி' இருக்கிறார் ஒருவர். சிந்தனை 'உதயமாகிறது'. காலம் 'ஓடுகிறது'. பசி வயிற்றைப் 'பிடுங்குகிறது'. இவை போன்றவை நாம் அடிக்கடி கேள்விப்படுபவை; எமக்கு நன்கு பழக்கமானவை; நைந்துபோனவை; வாய்பாடாகப்போய்விட்டவை. ஆனால், கவிஞனோ இத்தகைய உவமையணியினைப் புதுப்புது வகைகளிற் பயன்படுத்தித் தனது எண்ணங்களையும் வருணனைகளையும் அகலமாகவும் ஆழமாகவும் செய்துகொள்கிறான். இதுகொண்டே "உவமங்களிலே புலவனுடைய விரிந்த புலமையாற்றல் வெளிப்படும்" என்பர் அறிஞர். "உலக நிகழ்ச்சிகளை எத்துணைக் கூர்ந்து நோக்கியுள்ளான் என்பதைப் புலப்படுத்துமுகத்தால், உவமை அவனது புலமையையும் காட்டுகிறது".

உவமையணியிலே இரு பகுதிகள் உள்ளன. எடுத்துக் கூறப்படும் – அதாவது அதிகாரப்பட்டு நிற்கும் – பொருள் ஒன்று. அதற்கு இயைபுடையதாகக் காட்டப்படும் பிறிதொரு பொருள் மற்றென்று. உவமை பின்னது. அதாவது, இயைபுடுத்திச் சொல்லப்படும் அவ்விரு பொருட்களுள்ளே ஒப்புமையறிதற்குக் காரணமாய் நிற்கும் பொருள் 'உவமானம்' என்றும், அதனால் உவமிக்கப்படும் பொருள் 'உவமேயம்' என்றும் கூறப்படும். இவ்விரண்டுக்கும் உள்ள தொடர்பை – ஒப்புமையை – போல, மான, புரைய முதலிய உருபுகள் காட்டி நிற்பன. "ஆந்தைபோல முழிக்கிறான்" என்னுமிடத்து ஆந்தை உவமை; முழிப்பவன் பொருள்; போல உவம உருபு.

சாதாரண உரையாடலிலும், ஓரளவு நாட்டுப் பாடல்களிலும் காணப்படும் உவமைகள் நன்கு விளக்கமான சில பண்புகளையே ஒப்புமை காட்டுகின்றன. ஆனால், இலக்கிய நூல்களிலோ நூதனமான நுண்ணிய உவமைகள் காணப்படும். அதாவது, சொற்களைப் படித்துவிட்டு, நின்று நிதானமாகக் கவனித்தால் மாத்திரமே புலனாகும் ஒப்புமைகளே ஆங்குக் கூறப்படும்; வடிவாலும் பண்பாலும் பிறவற்றாலும் பெரும்பான்மையான பொருட்கள் ஒப்புமை உடையனவாய் விளங்குகின்றன. வெளிப்படையாகவும் மறைமுகமாகவும் இவ்வொப்புமைகள் அமைந்தள்ளன. இவற்றைக் கண்டு வெளிக்கொணர்வதிலேயே அணியைக் கையாள்பவனது தனித் திறமை காணப்படும். கவிஞனது சுற்றுச் சார்பு, தொழில், மரபு, உணர்ச்சிநிலை, அறிவு வளம் (அதாவது கல்வி), உலக அனுபவம் ஆகியவற்றால் உவமையின் இயல்பு பாதிக்கப்படுகிறது என்று கூறலாம். உவமை பற்றிக் குறிப்பிடத்தக்க ஒரு சிறப்பு அம்சம் யாதெனில், இரு வேறுபட்ட

பொருட்களுக்கிடையே தொடர்பையும் ஒப்புமையையும் காண்பது மட்டுமன்றி, ஒரு பொருள் பற்றிய எமது உணர்வை அல்லது மனப்பதிவை மற்றைப் பொருளுக்கும் பொருத்திப் பார்க்கக் கூடியதாக இருத்தல் ஆகும்; அதுவே சிறப்பு. திருவள்ளுவர் சிறந்த புலவர் என்பதற்கு அவருடைய குறட்பாக்களிலே இத்தகைய உணர்வு மாற்றம் பொருந்தக்கூடிய எத்தனையோ உவமைகளைக் கையாண்டுள்ளமையே தக்க சான்று.

'மயிர்' என்பது மிகச் சாதாரணமான சொல். தினசரி வாழ்க்கையில் அடிபடுவதொன்று. இச்சொல்லை உவமானம் ஆக்குவதால் நிரம்பிய பொருளாற்றல் உள்ளதாக ஆக்கிவிடுகிறார் வள்ளுவர்.

> தலையின் இழிந்த மயிரனையர் மாந்தர்
> நிலையின் இழிந்தக் கடை.

மாந்தர் தமக்கு இருக்கவேண்டிய ஒழுக்க நிலையினின்றும் வழுவித் தாழ்ந்தவழி, தலையைவிட்டு அதனில் நின்றும் கீழே வீழ்ந்த மயிரினை ஒப்பர் என்பது பொருள். மயிரனையர் என்று புலவர் கூறும்பொழுது மயிருக்கும் மாந்தருக்கும் ஒப்புமை காண்பது மட்டுமன்றி, தலையினின்றும் வீழ்ந்து அருவருப்புக்கும் அலட்சியத்துக்கும் உரியதாய்விட்ட மயிரைப் போலவே பிறரால் இகழப்படுவர்; நிலைகுலைந்தவர் என்பது உணர்வுமுறையிற் கூறப்படுகிறது. 'மயிர்' எனும் சொல் 'மயிரனையர் மாந்தர்' என்று கூறுமிடத்து, தனது பொருளாற்றலில் மிக்கு விளங்குவதைக் காணலாம். சாதாரணமாக, உணர்ச்சிக்கு இடமற்ற ஒரு சிறிய பொருளாகிய மயிர் இகழ்ந்துரைக்கப்படும் மனிதரைச் சுட்டி நிற்கும் குறிப்புப்பொருளாகவும், எத்தனையோ உளக் காட்சிகளைத் தோற்றுவிக்கும் சக்தி கொண்ட சொல்லாகவும் மாறிவிட்டதைக் காண்கிறோம். தலையிலே தன் நிலையில் இருக்கும்போது அழகின் சின்னமாகக் கருதப்பட்டு, எண்ணெய் பூசப்பெற்று, நன்கு வாரப்பட்டு, மன இன்பத்துக்கும் நிறைவிற்கும் காரணமாகிறது மயிர். அதுவே மரத்திலிருந்து விழுந்த இலை சருகு ஆகுவதுபோல் தலையிலிருந்து உதிர்ந்த மாத்திரத்தே அப்புறப்படுத்தப்படுகிறது. தற்செயலாக உண்ணும் உணவிற் காணப்பட்டால் உணவையே பாழ்படுத்தி விடுவதாகக்கூடக் கருதப்படுகிறது. இத்தனை நினைவுகளும் உணர்வுகளும் 'மயிரனையர்' என்ற சொற்றொடரிற் பொதிந்து கிடக்கின்றன. சுருங்கக்கூறின், இழிந்த மயிரை வெறுக்கும் தன்மை நோக்குடன், தம் நிலையிலிருந்து வீழ்ந்தவரை உணர்வு நிலையில் நின்று நோக்க முடிகிறது. இது மயிர் என்ற சொல்லைக் கவிஞன் உபயோகித்த விதத்தினால் ஏற்பட்டதாகும்.

2

அணியினை அதன் முக்கியத்துவம் குறித்து மூன்று பிரிவிற்குள் அடக்கலாம். அவை உவமை, உருவகம், குறியீடு. (குறியீடு ஆங்கிலத்திலே *symbol* எனப்படும்.) முதலிலே உவமையை நோக்குவோம். பழைய – சான்றோர் – செய்யுட்களிலே உருவகத்தைவிட உவமையே பெரிதும் கையாளப்பட்டுள்ளது. ஆதி கவிகள் உருவகத்திலும் உவமையையே சிறப்பாகக் கையாண்டுள்ளனர்; இவ்வுண்மை பல மொழி இலக்கியங்களிலும் காணப்படுவது. உதாரணமாக, கிரேக்க ஆதி கவியான ஹோமர் உவமைகளை வெகு அற்புதமாகக் கையாண்டுள்ளார். இவ்வுண்மைக்கு ஏற்பவே சான்றோர் செய்யுட்களை ஆதாரமாகக் கொண்டு இலக்கணஞ் செய்த தொல்காப்பியரும் உவமையே அடிப்படையான அணி எனக் கொண்டு அதனையே நான்காகப் பாகுபாடு செய்தார். அதாவது உவமை வினை பற்றியும், பயன் பற்றியும், வடிவம் பற்றியும், நிறம் பற்றியும் வரும் நான்கு உபபிரிவுகளை உடையது என்றனர். ஏனை உவமம், வெளிப்படை உவமம் என்றும் இந்நான்கு விகற்பங்களையும் வழங்குவர்.

சாதாரண உவமையாவது புலன் காட்சியாற் பெறப்படுவது. பார்வைக்குரிய – காட்சித் தொடர்புடைய – உவமைகளே பெருவழக்கு எனலாம். ஓர் உதாரணம் பார்க்கலாம். சேக்கிழார் பாடிய கண்ணப்ப நாயனார் புராணத்திற் காணப்படுவது இது. நாணன் என்னும் மெய்க்காப்பாளனோடு காளத்தி மலையில் ஏறுகிறார் திண்ணனார். மலையுச்சியில் இலிங்க வடிவில் இருந்த இறைவனைக் கண்டதும் கவரப்பட்டு அன்புருவமாகி, அவ்விறையுருவத்தை இறுகப் பற்றிப் பிரியாதவரானார். மெய்க்காப்பாளனுக்கோ பக்தியனுபவம் ஏற்படவில்லை. ஆனால், திண்ணனாரின் செயல்களைக் காண்கிறான். அக்காட்சியைத் தனது சகாவான காடன் என்ற வேடனுக்குப் பின்வருமாறு பகருகிறான்.

அங்கிவன் மலையில் தேவர்
  தம்மைக் கண்டணைத்துக் கொண்டு
வங்கினைப் பற்றிப் போகா
  வல்லுடும்பென்ன நீங்கான்.

உவமையானது சுற்றுச் சார்பு, தொழில், மரபு, வாழ்க்கை அனுபவம் முதலிய பலவற்றாற் பாதிக்கப்படுகிறது என்று சற்று முன்னர்க் கண்டோம். அதை இவ்விடத்தில் நினைவுகூருதல் நல்லது. இக்கூற்றைக் கூறுபவனும் கேட்பவனும் வேடர்கள். வேட்டுவத் தொழிலிலும் மிருகங்கள் பற்றிய அனுபவ அறிவு பெற்றவர்கள். அதற்கியைய, பக்தியினாற் பிணிப்புண்டு

தம்மை மறந்த திண்ணானாரை, மரப்பொந்தை இறுகப் பற்றிய உடும்புக்கு ஒப்பிடுகிறான். கொண்டது விடாத உடும்பு போற் காணப்படுகிறார் திண்ணனார். கட்புலனுக்குரிய உவமையால் உள்ளுணர்வு சம்பந்தமான ஒரு நிலையை விளக்கிவிடுகிறார் புலவர். தெரிந்த பொருளாகிய உடும்பு மூலமாகத் தெரிவது அரிதாகிய பக்தி அனுபவத்தை விளக்க உதவியுள்ளது உவமை.

இனி, ஒரு தனிச் செய்யுளிலே உவமை நலன் அமைந்து கிடக்குமாற்றைப் பார்க்கலாம்.

ஊருக்குக் கிழக்கே உள்ள
பெருங்கடல் ஓரம் எல்லாம்
கீரியின் உடல் வண்ணம் போல்
மணல் மெத்தை; அம் மெத்தை மேல்
நேரிடும் அலையோ கல்வி
நிலையத்தின் இளைஞர் போலப்
பூரிப்பால் ஏறும், வீழும்,
புரண்டிடும் பாராய் தம்பி.

பாரதிதாசனார் பாடல் இது. *அழகின் சிரிப்பு* என்ற தொகுதியிலே கடலைப் பற்றிய பாடலில் மணல், அலைகள் ஆகியன பற்றி மேற்கண்டவாறு பாடியுள்ளார். கவிஞர் புதுச்சேரியில் வாழ்ந்தவர். புதுவை கடற்கரைப் பட்டினம். கீழைக்கரையில் உள்ளது. கவிஞருக்கு நன்கு பழக்கமான இடமும் காட்சியும் கடற்கரை என்று கூறலாம். ஓயாது இரைந்து கரைமீது மோதிக்கொள்ளும் வெள்ளலைகளைப் பல புலவர்கள் பாடியுள்ளனர். அப்பொருளைப் புதிய முறையிற் கூறுகிறார் பாரதிதாசன். கடற்கரை ஓரம் நெடுகிலும் அலைகள் அடித்து அடித்து ஒதுக்கிவிடும் வண்டல் காணப்படுகிறது. கால் வைத்தவுடன் புதையும் வகையில் மென்மையான மணற்பரப்புக் கண்ணுக்கெட்டிய தூரம்வரை பார்வையிற் படுகிறது. நீரடி மண்ணானது நுண்ணிய கோடுகள் கிழித்தது போல வெண்மையும் சிறிது கருமையும் கலந்த வண்ணத்தை உடையதாய் இருக்கிறது. இவ்வளவு கருத்தையும் ‘கீரியின் உடல் வண்ணம் போல் மணல் மெத்தை’ என்று சுருக்கமாகக் கூறி விடுகிறார். மென்மையான மெத்தை போலத்தான் மணலும் குவிந்து பரந்து காணப்படுகிறது. மெத்தையானது ஸ்பரிச உணர்வைப் புலப்படுத்துகிறது. கீரியின் உடல் வண்ணம் என்பது காட்சிப் புலனைத் தொடுகிறது. அதே நேரத்தில் மென்மையும் உட்கிடையாக உள்ளது. மெத்தை என்றதும் பல இன்பமான எண்ணங்கள் அச்சொல்லையொட்டித் தோன்றுவது இயல்பு. கடற்கரையில் அமைதியாக உட்கார்ந்திருத்தல், மெல்லிய காற்று வீசச் சற்றுக் கண்ணயர்தல், தனியாகவும் கூட்டமாகவும் இருந்து ஆறுதல் பெறுதல் ஆகியன எல்லாம் என் மனக்கண்ணுக்குத்

தோன்றுகின்றன. மண மெத்தைக்கும் ஏற்ற நினைவுகள் இவை. பார்வைக்குரிய காட்சிப் பொருளானது துய்த்து உணரக்கூடிய பொருளாகி விடுகிறது அல்லவா? ஆனால், அத்துடன் நின்று விடவில்லை கவிஞர். கடலோரத்திலே அலைகள் வந்து புரள்வதையும் காண்கிறார். மெத்தை போல மென்மையான பிறிதொரு பொருளும், அதன் தொடர்பும் கவிஞருக்கு நினைவுக்கு வருகின்றன. அவை முந்தைய உணர்வோடு இறுகப் பிணைந்து கவிதையை மேலும் செறிவு உள்ளதாக்குகின்றன. பள்ளிக்கூடத்தில் பசும்புல் தரையிலே மாணவர்கள் துள்ளித் திரியும் பருவத்துக்கேற்ப, திரண்டு வீறுகொண்டு எழுவதும், துள்ளுவதும், விழுவதும், கட்டிப் புரண்டு உருளுவதும் நாம் கண்ணாரக் காணக்கூடிய காட்சி. புரளும் அலைகள் சிறார்களின் கோலத்தையே கவிஞருக்கு நினைவூட்டுகின்றன. இளைஞர் மனத்தில் நிலவக்கூடிய மனக்களிப்பு, வேகம் ஆகியவற்றை அலைகளுக்கு ஏற்றனவாய்க் காட்டிவிடுகிறார்.

பூரிப்பால் ஏறும், வீழும்
புரண்டிடும்

என்று அலைகளையே வருணிக்கிறார். ஆயின், அவ்விடத்திற் சிறார்களின் மனக்கோலமே எமக்குத் தோன்றுகிறது. காட்சிப் பொருளைக் கருத்துப் பொருளாக மாற்றிவிடும் திறன் இது. அலைகளும் சிறுவரும் சேர்ந்து மென்மை, இளமை, வேகம், மகிழ்ச்சி ஆகிய உணர்வுகளை எழுப்பிவிடுகின்றனர். இப்பாடலில் உவமைகள் கேவலம் வெறும் விளக்கப் பொருளாக மட்டுமன்றி, கவிஞன் கூறவந்த உணர்வுக்கு உறுதியளிப்பனவாகவும் இருப்பதைக் காணலாம். அதுவே உவமையின் உயிர் நிலையாகும்.

3

இனி, உருவகத்தை ஒரு சிறிது நோக்குவோம். உவமையைக் கையாளும் கவிஞன் இரு பொருட்களையும் தொடர்புபடுத்தினாலும் அவற்றை வெவ்வேறாகவே காட்டுகிறான். உருவகமோ இரண்டினையும் ஒன்றாக்கிவிடுகிறது. இரண்டும் சேர்ந்த ஓர் உருவம் அகத்திலே புதிதாகத் தோற்றுகிறது. கல் நெஞ்சம் என்று கூறும்பொழுது கல் வேறு, நெஞ்சம் வேறு ஆக உள்ளன. அதனையே நெஞ்சக்கல் என்றால் பொருட்களின் வெளித்தோற்றங்கள் முக்கியத்துவம் இழந்து, உணர்வின் அடிப்படையில் ஒரு புதிய மனப்பதிவு தோன்றுகிறது. "நெஞ்சக் கன கல்லு நெகிழ்ந்துருக" என்று கவிஞன் பாடும்போது இவ்வுருவகத்தின் தன்மையை உணரலாம். உவமையைவிட உருவகம் ஆழமானது; சிக்கலானது. இது

காரணமாகவே அரிஸ்தோத்தல் என்ற கிரேக்க தத்துவஞானி கவிதையின் தலையாய அம்சம் உருவகம் என்றார். அது கவிஞனின் உள்ளுணர்விற் பிறப்பதாகையால் கற்பிக்க முடியாதது என்றும் அவர் கூறினார். சுருங்கக்கூறின், உவமைகள் மனச்சித்திரங்களாக இருப்பன. உருவகமோ உணர்வுக் காட்சிகளாக அமைகிறது. முன்னது காட்சிப் பொருள்; பின்னது கருத்துப் பொருள். ஓர் உதாரணம்:

மன்னர் விழித் தாமரை பூத்த மண்டபத்தே
பொன்னின் மடப்பாவை போய்ப்புக்காள் – மின்னிறத்துச்
செய்யதாள் வெள்ளைச் சிறையன்னம் செங்கமலப்
பொய்கைவாய்ப் போனதே போன்று.

நளவெண்பாவில் தமயந்தி சுயம்வர மண்டபத்திடையே சென்று புகுந்தமையை வருணிக்கும் இப்பாடலில் உவமையும் உருவகமும் விரவியுள்ளன. சுயம்வரத்துக்கு வந்துள்ள மன்னரெல்லாம் ஆவலுடன் வைத்த கண் வாங்காமல் தமயந்தியை நோக்கியிருக்கின்றனர். அதனை, ‘விழித்தாமரை பூத்த மண்டபம்’ என்று உருவகிக்கிறார் புகழேந்தியார். மண்டபமே உருமாறி ஒரு தடாகமாகி விடுகிறது. தடாகத்திலே தாமரை மலர்கள் பூத்திருக்கும் காட்சியைக் கருத்துப் பொருளாக ‘விழித் தாமரை பூத்த மண்டபம்’ என்கிறார். அத்தடாகத்தினுள்ளே ‘பொன்னின் மடப்பாவை போய்ப் புக்காள்’. உருவகத்தால், விழித் தாமரை பூத்த மண்டபம் ஒரு தடாகமாகவே, புகுந்த மடப்பாவை நீரில் நீந்தும் – ஒயிலாக அசைந்து திரியும் – பட்சியாக எமது கருத்தில் இடம் பெற்றுவிடுகிறாள். உருவகத்தின் சிறப்பு இது. ஒரு பகுதியைக் கூறியதும் மிகுதி ஒப்புமைகளைப் படிப்போரே உய்த்து உணர்ந்து கொள்வர். அதிலேதான் சிறப்பு உள்ளது. உருவகத்தை உவமை மூலம் மேலும் சிறப்புச் செய்கிறார் புலவர். சிவந்த கால்களும் வெண்ணிறமான சிறகுகளும் உள்ள அன்னப் பட்சியானது செந்தாமரைகள் மலர்ந்துள்ள குளத்தில் மிதந்து போவதுபோல மடப்பாவை சென்றாள். உவமைக்கும் உருவகத்துக்கும் உள்ள வேறுபாட்டினை இப்பாடலிற் கண்டு தெளியலாம். விழித்தாமரை பூத்த மண்டபம் என்பது விழிகளாகிய மலர்கள் விரிந்துள்ள வாவி ஆகிவிடுகிறது. இது கருத்துப் பொருள். காட்சிப் பொருள் கருத்துப் பொருளாகுவது உணர்வினிலே. அன்னம் பற்றிய உவமையோ விரிந்த காட்சிப் பொருளாகவே நின்று விடுகிறது.

கவிதை வாயிலாகக் கிடைக்கப்பெறும் அனுபவமும் நிறைவும் கவிஞனின் சுவானுபூதியும் உவமை – உருவங்களிலே துலக்கமுறுகின்றன எனில் அது மிகையாகாது. உயர் கவிதைகளிலே உவமை உருவகங்கள் வெறும் உத்திகள் அல்ல. அவையே அடிப்படைகளும் ஆகிவிடுகின்றன.

4

தரமுயர்ந்த கவிதைகளில் உவமையும் உருவகமும் அடிப்படைக் கூறுகளாக அமைந்துவிடும் பான்மையை மேலே கண்டோம். இதே உவமையும் உருவகமும் தரக்குறைவான செய்யுட்களில் எவ்வாறு செயற்படுகின்றன என்றும் காண்போமாயின் இவ்வணிகள் பற்றிய நமது விளக்கம் மேலும் பூரணமாகும்.

சிறந்த கவிதைகளில் உவமை உருவகங்கள் உணர்ச்சிமயமான தொடர்புகளை ஆதாரமாக உடையன. வள்ளுவரின் 'மயிரும்' பாரதிதாசனின் 'மெத்தையும்' இதற்கு உதாரணங்கள்.

இவ்வாறன்றி அறிவுமயமான தொடர்புகளை ஆதாரமாக உடைய உவமானங்கள் சில தத்துவ நூல்களிலும் விஞ்ஞான இயல்களிலும் அறநூல்களிலும்கூட இடம்பெறுவதுண்டு. இவைகளை நாம் இனி உவமானங்கள் என்று கூறாமல் ஒப்புமைகள் *(analogies)* என்று குறிப்பிடுவோம். ஒப்புமைகள் சிக்கலான விடயங்களை விளக்குவதற்குப் பயன்படுகின்றன. பூமி உருண்டையானது என்பதைப் படிப்பிக்க எண்ணும் ஆசிரியர், அது மோதகத்தைப் போன்றது என்று கூறலாம். அத்துடன், அம்மோதகத்தில் இருக்கும் எறும்புபோல், பூமியில் நடமாடும் நாமெல்லோரும் உள்ளோம் என்றும் இந்த ஒப்புமையை அவர் விரித்துக் கூறலாம். மோதகத்தின் புறத்தோல்போல் புவியின் கடினமான புறவோடு உள்ளதென்றும் அந்த ஆசிரியர் விளக்கலாம். இந்த ஒப்புமைமூலம் பூமியின் அமைப்புப் பற்றிய சில செய்திகளை மாணவன் விளங்கிக்கொள்கிறான். இவ்வாறு விளக்கம் பெறும்போது மாணவனின் மூளை அவனுடைய விவேகம் அல்லது புத்தியே – பெரிதும் தொழிற்படுகிறது. விருப்பு, சினம், நகைப்பு முதலான உணர்ச்சி நிலைகள் மேற்படி விஷய விளக்கத்தின்போது வந்து புகுவதில்லை என்றே கூறவிடலாம். பூமிசாத்திரத்தில் மோதகம் பூமிக்கு ஒப்புமை ஆவது போலவே இரசாயன பாடத்திற் செங்கற்கள் அணுக்களுக்கு ஒப்புமை ஆகலாம்; அணுவமைப்பைப் பற்றிப் படிக்கும்போது கிரகங்கள் இலத்திரன்களுக்கும் நடுவிலுள்ள சூரியன் அணுக்கருவுக்கும் ஒப்புமை ஆகலாம். மேட்டிலிருந்து பள்ளத்துக்கு நீர் பாய்வதுபோல வெப்பநிலை கூடிய பொருளிலிருந்து வெப்பநிலை குறைந்த பொருளுக்கு வெப்பம் பாய்கிறது என்று ஒப்புமை மூலம் விளங்கப்படுத்தலாம். தத்துவக் கொள்கைகளை விளங்கப்படுத்தும் போதும் சார்ந்ததன் வண்ணமாவது ஆன்மா என்பதை விளங்கப்படுத்த, "பளிங்கு போன்றது" அதன் தன்மை என்று சொல்லி விளக்க முற்படலாம். நிறமற்றனவான பளிங்குகள் தமது சுற்றுச் சார்புக்கும் பின்னணிக்கும் ஏற்ப அவ்வந்நிறங்களைப்

பெற்று விளங்குகின்றன. அதே போலத்தான் உயிர்களும் உடல்களைச் சார்ந்திருக்கும் சமயத்தில் உடல்களில் குணங்கள் சிலவற்றைப் பெறுகின்றன. கடவுளைச் சார்ந்திருக்கும் சமயத்தில் கடவுளின் தன்மைகள் சிலவற்றைப் பெறுகின்றன. இந்தச் சமய உண்மையை விளக்கும்போது பளிங்கு என்ற பொருள் ஒப்புமையாக நின்று உதவி செய்கிறது.

விஷய விளக்கத்துக்காக இடம் பெறும் இவ்வாறான ஒப்புமைகள் நம் அறிவுக்கு விருந்தாகின்றனவே தவிர உணர்வுக்கு விருந்தாகவில்லை என்பது வெளிப்படை. நீதி நுல்களிலே சில சமயங்களில் இடம் பெறும் ஒப்புமைகள் இந்த வகையைச் சேர்ந்தவை. எடுத்துக்காட்டாக ஒரு செய்யுளைக் காண்போம்.

ஆழ அமுக்கி முகக்கினும், ஆழ் கடலில்
நாழி முகவாது நால் நாழி – தோழி
நிதியும் கணவனும் நேர்படினும் தந்தம்
விதியின் பயனே பயன்.

விதியின் அளப்பரும் வல்லமையை விளக்க எழுந்தது இந்தப் பாடல். இடம், பொருள், ஏவல், துணை முதலான கருவிகள் யாவும் இருந்தாலும்கூட ஒரு காரியம் நிறைவேறுதற்கான 'விதி' இருந்தாலொழிய அந்தக் காரியம் நிறைவேறாது என்று வற்புறுத்துவதே இப்பாட்டின் திரண்ட கருத்தாகும். இந்த நீதிக் கருத்தை விளக்குவதற்கு ஓர் ஒப்புமை கையாளப்பட்டிருக்கிறது. ஓர் ஆழமான கடலிலே அரிசி அளக்கும் கொத்து ஒன்றைக் கொண்டு சென்று நீர் மொள்ளுகிறோம் என்று எண்ணிக்கொள்ளுங்கள். அந்தக் கொத்தினால் எவ்வளவு நீரை நாம் அள்ளி எடுக்கலாம்? கொத்தின் விளிம்பு வரைக்கும் வந்து நிற்கும் ஒரு கொத்து நீரைத்தானே அள்ள முடியும்? எவ்வளவு ஆழத்துக்குத்தான் அமுக்கி அள்ள முயன்றாலும் என்ன பயன்? அள்ளப்படுவது என்னவோ ஒரு கொத்து நீர்தான். நாலு கொத்து நீரை அள்ளி எடுக்கவே முடியாது. அதேபோலத்தான் வாழ்க்கையில் நாம் எத்தனை முயற்சி செய்தாலும் விதிப்படி அமைந்த அளவு பயனே கிடைக்கும். மிகுதியுள்ள முயற்சி எல்லாம் வீண்தான்.

இப்பாடலை இயற்றிய புலவர் தாம் அனுபவ உண்மை என்று கருதிய ஒன்றை நமக்கு விளங்கப்படுத்தியிருக்கிறார். விதியைப் பற்றி அவர் தரும் விளக்கத்துக்கு உறுதுணையாக நிற்பது 'கடலிலே தண்ணீர் அள்ளுதல்' ஆகிய சம்பவம். கொத்திலே அள்ளப்படும் தண்ணீர் விதிப்படி கிடைக்கும் பலனை ஒத்தது. இங்குக் கையாளப்படும் ஒப்புமை நம் அறிவுக்கு மாத்திரமே விருந்தாக அமைகிறது.

இன்னும் ஒரு பாடலை எடுத்துக்கொள்ளலாம்.

நன்றி ஒருவர்க்குச் செய்தக்கால் அந்நன்றி
என்று தருங்கொல் என வேண்டா – நின்று
தளரா வளர் தெங்கு தாள் உண்ட நீரைத்
தலையாலே தான் தருதலால்.

இச்செய்யுளிலே தென்னை மரம் தன் அடியில் இறைக்கப்பட்ட நீரைப் பல காலம் சென்ற பின்னர் இளநீராகத் தரும் செய்தி கூறப்படுகிறது. இது தக்கவர் ஒருவருக்கு ஒரு காலத்திலே செய்த உதவி பல காலத்தின் பின்னர் திரும்பவும் எமக்குப் பலன் தரும் என்ற உண்மையை அறிவுபூர்வமாக விளக்குகிறது. இவ்வாறு சிந்தனை சார்ந்த – அதாவது புத்தியினாலே பகுத்துணர்ந்து விளங்கிக்கொள்ளவேண்டிய – ஒப்புமைகள் உயர் கவிதைகளின் உறுப்புகளாகப் பாராட்டத்தக்கன அல்ல. இவ்வகையான ஒப்புமைகள் ஒரு செய்யுளில் நிரம்பியுள்ளனவே என்பதற்காக அதனை உயர்ந்த கவிதை என்று நாம் போற்றுதலும் தகாது. பூமிசாத்திரப் பாடத்தில் மோதகத்துக்கும், இரசாயனப் பாடத்திற் செங்கல்லுக்கும் கொடுக்கும் மதிப்பையே நீதி நூல்களில் இடம் பெறும் சிந்தனை சார்ந்த – அறிவு நோக்குடைய – ஒப்புமைகளுக்கும் நாம் கொடுத்தல் வேண்டும்.

இவ்வாறு சொல்வதனால் நீதி போதிக்கும் செய்யுட்களில் இலக்கிய நயமே இருக்காது என்று எண்ணிவிட வேண்டாம். சில நீதிச் செய்யுட்களிலும் உணர்வு சார்ந்த உயர்ந்த உவமைகள் உண்டு.

கவையாகிக் கொம்பாகிக் காட்டகத்தே நிற்கும்
அவையல்ல நல்ல மரங்கள் – சவை நடுவே
நீட்டோலை வாசியா நின்றான் குறிப்பறிய
மாட்டாத வன்நன் மரம்.

கற்றோர் மிக்க பெருஞ்சபையிலே தன் அறியாமையை வெளிக்காட்டுகிறவன் வெறும் மரம் போன்றவனே என்று பேசுகிறது இக்கவிதை. இங்குச் சபை நடுவே நிற்கும் அறிவிலி, மரத்துடன் தொடர்புறுத்தப்படும்போது கேலியும் கிண்டலும் – ஏன், பரிவும் இரக்கமும்கூட – ஓரளவுக்குக் கலந்த உணர்ச்சிச் சுழிப்புகள் பல தோன்றும்வண்ணம் கவிதையை அமைத்துள்ளான் பாவலன். காட்டிலே கிளை விரித்து, இலை பரப்பி நிற்பவை எல்லாம் உண்மையில் நல்ல மரங்களே அல்ல என்று கவிஞன் கூறும்போது நாம் திகைக்கிறோம்; வியக்கிறோம். கவிஞன் இவ்வாறு பீடிகை போடுவது எதற்கு என்று அறியும் ஆவலும் தூண்டப்படுகிறது. பின்னர், உண்மையான நல்ல மரம் கற்றோர் சபையில் அவமானப்பட்டு நிற்கும் அறிவிலிதான் என்று கவிஞன் கூறும்போது நமது ஆவல் பூர்த்தியாக்கப்படுகிறது. போடப்பட்ட பீடிகை எதற்கு என உணர்கிறோம். ஒரு வகையான திருப்தி

எமக்கு உண்டாகிறது. மரத்தையும் மனிதனையும் பிணைத்து, அங்கு உணர்ச்சிக் சுழிப்புகளையும் விளையாட விட்ட கவிஞனை நாம் நயக்கிறோம்; பாராட்டுகிறோம்.

> அரம்போலும் கூர்மைய ரேனும் மரம்போல்வர்
> மக்கட்பண் பில்லா தவர்

என்ற குறளிலும் உணர்ச்சிச் சுழிப்புள்ள உவமை கையாளப்பட் டுள்ளது. வள்ளுவரின் உவமைகள் பல இவ்வகையைச் சேர்ந்தன. ("மயிர்" பற்றிய குறளை முன்னர்ப் பார்த்தோம்.) வள்ளுவர் நீதி போதகராக நின்றுவிடாமல் உயர்ந்த கவிஞராக மேம்படுவதற்குரிய உண்மைக் காரணம் – அதன் இரகசியம் – இங்கேதான் இருக்கிறது.

இதுவரை கூறியவற்றால் ஒப்புமைகள் வெறும் அறிவு சார்ந்தவையாக அமையும்போது அங்குக் கவிதைச் சுவை எழுவதில்லை என்பது விளங்கும். ஆகவேதான் திருமூலரின்,

> மரத்தை மறைத்தது மாமத யானை
> மரத்துள் மறைந்தது மாமத யானை
> பரத்தை மறைத்தது பார்முதற் பூதம்
> பரத்துள் மறைந்தது பார்முதற் பூதம்.

என்ற பாட்டிலுள்ள உவமை நயத்தைப் பாராட்டிக் கட்டுரை எழுதுவது உண்மையான கவிதை நயப்பு ஆகாது; இதை நாம் உணர்ந்து கொள்ளுதல் வேண்டும். அதே போலத்தான் ஆன்மாவை அரசகுமாரனுக்கும் ஐம்புலன்களை வேடுவர்களுக்கும் ஒப்புமை கூறும் தத்துவச் செய்யுளைக் கவிதை நயம் உடையதென விதந்து போற்றுவதும் பொருந்தாது. இப்பெரியார்களின் வாக்குகளை அவர்கள் கூறியுள்ள தத்துவ நுட்பத்தை நோக்கியும், அதனை விளக்கியுரைக்கும் மதி நுட்பம் நோக்கியும் நாம் போற்றிப் பாராட்டலாம். ஆனால், நாம் விரும்பும் பெரியவர்களின் கூற்றுகளில் எல்லாம் கவிதை நயம் நிரம்பி வழிவதாக எண்ணிக்கொண்டு 'நயங்காண' முயல்வது ஒரு வகைப் போலி இரசனையையே காட்டும்.

5

போலி இரசனைக்கு இடம் கொடுக்கும் மற்றுமொரு வகையான உவமைகளும் உண்டு. இவை மிகைப்பட்ட அலங்காரத்தை விரும்பிக் கவிதைகளிலே குவிக்கப்படுவன. இவ்வகையான உவமைகள் கவிதைக்கு இன்றியமையாத உறுப்புகளாக இருப்பதில்லை. அழகுபடுத்தும் ஆர்வத்துடன் மேலதிகமாக அள்ளிப் பூட்டப்படும் ஆபரணங்கள் போல்வன இவை.

பாலுக்கு அளவாகச் சீனி போட்டுப் பருகினால் அது சுவையாக இருக்கிறது. சீனி அளவுக்கு மிஞ்சினால் சுவையான பாலும் தெவிட்டவே செய்யும். அருவருப்பை உண்டாக்கி ஓங்காளத்துக்கே காலாகக்கூடும். உவமைகளும் அப்படித்தான். அவற்றை அளவும் பொருத்தமும் அறியாமற் கையாண்டால் அவை கவிதைகளைத் தரங்குன்ற வைத்துவிடுகின்றன. இது எப்படி என்பதைச் சற்று விரிவாக நோக்குவோம்.

பாரதிதாசனின் *குறிஞ்சித்திட்டு* முன்னுரை பின்வருமாறு சொல்கிறது:

எழுதிவிட்ட முக்காற் பகுதியை நூறு முறை படித்தும், விட்ட இடத்திலிருந்து ஓட்டம் குறையாமல் – சுவை மட்டுப்படாமல் தொடர முடியவே இல்லை, இத்தனைக்கும் இந்நூலைப் பெரிதும் உவமை சிறக்க எழுதிவரவுமில்லை.

இங்கு நாம் கவனிக்க வேண்டியது, "உவமை சிறக்க" என்ற தொடரையாகும். சுவை மட்டுப்படாமல் இருக்கவேண்டுமானால் உவமைகள் நன்கு – சிறப்பாக – அமைதல் வேண்டும் என்பது கவிஞரின் குறிப்பு. சுவை நிரம்பிய கவிதைகள் உவமை நிரம்பியவையாகவும் இருக்கும் என்பது ஓர் இலகுபடுத்திய கூற்று. அது முழு உண்மையின் ஒரு பகுதியே ஆகும். இது போன்ற இலகுபடுத்திய கூற்றை ஒரு கோட்பாடாகவே ஆக்கி மயங்குகிறார்கள் சில கவிஞர்கள். 'உவமைக் கவிஞர்' என்றுகூட ஒரு பட்டமே சிலருக்குச் சூட்டப்படுவதை நாம் காண்கிறோம். புதிய உவமைகளையோ பழைய உவமைகளையோ இவற்றைக் கலந்தோ தமது படைப்புகளிற் பொழிந்துவிட்ட அளவிலேயே அவை மிக உயர்ந்தனவாகி விடும் என்று இவர்கள் நினைக்கிறார்கள். இதனால், இயற்கைக் காட்சிகளுக்கும் பெண்களின் உடலுறுப்புகளுக்கும் உவமைகளைத் தேடித் தேடி இவர்கள் அலைகிறார்கள். மிகவும் விசித்திரமான, நூதனமான, அருகி வழங்கும் பொருள் பண்டங்களையெல்லாம் இவர்கள் உவமையாகக் காட்டி அடுக்கி நம்மைத் திணறவைப்பார்கள். உவமை வேட்டையிலேயே இவர்களது சீவிய காலத்திற் பெரும்பகுதி கழிந்துபோய்விடும். இவ்வாறான மிகை அலங்கார உவமைக் கவிஞர்கள், கவிதைக் கலையின் ஏனைய அம்சங்களிற் கவனம் செலுத்துவதே இல்லை.

உடைத்துவிட்ட முட்டையதன் ஓடி வரும் மஞ்சள்
உருண்டையடி உன் கன்னம்; ஒப்பேதும் இல்லை

என்று பாடிய கவிஞர் 'புதுமையான' உவமைகளில் மிகவும் மோகம் கொண்ட ஒருவர் போலும்!

வெட்டி எறிந்த நகம்போல
விளங்கும் மூன்றாம் பிறை அம்மா!

என்று பாடிச் செல்வதில் ஆன்மதிருப்தி காண்கிறார் மற்றும் ஒரு கவிஞர். மின்னலைப் பாட வந்த ஒரு புதுக் கவிஞர் சொல்லுகிறார் பின்வருமாறு:

ககனப் பறவை நீட்டும் அலகு
கதிரோன் நிலத்தில் எறியும் பார்வை
கடலுள் வழியும் அமிர்தத் தாரை
கடவுள் ஊன்றும் செங்கோல்.

மின்னல் என்ற ஒரே பொருளைப் பலவேறு விதங்களில் உருவகிக்கும் போக்கை இங்கு நாம் பார்க்கலாம்.

பழைய அகப்பாடல்களில் நலம் புனைந்துரைத்தல் என்ற பகுதி ஒன்று உண்டு. அதனைப் பின்பற்றி எழுந்த சில இடைக்காலப் பாடல்களிலும் பெண்ணின் வடிவழகை வருணிக்கும் புலவர்கள் பல உவமைகளை – உருவகங்களை – அடுக்கிச் செல்வதைக் காணலாம். மிகை அலங்கார மோகம் சில பிள்ளைத் தமிழ்ப் பாட்டுகளிலும் தலைகாட்டுவதை நாம் பார்க்கிறோம். இவற்றில் எல்லாம் உவமை உருவகங்கள் அளவு கணக்கின்றி அள்ளி இறைக்கப்படுவதனால் அவை சுவை மிஞ்சித் தெவிட்டிவிடும் அளவுக்குத் தரமிறங்கி விடுகின்றன. நாமக்கல் இராமலிங்கம் பிள்ளையின் *அவனும் அவளும்* என்ற நுலின் தொடக்கத்தில் 'அவளைப்' பற்றிய வருணனை வருகிறது.

மான் என அவளைச் சொன்னால்
மருளுதல் அவளுக்கில்லை.
மீன் விழி உடையாள் என்றால்
மீனிலே கருமை இல்லை.
தேன் மொழிக் குவமை சொன்னால்,
தெவிட்டுதல் தேனுக்குண்டு.
கூன் பிறை நெற்றி என்றால்
குறை முகம் இருண்டு போகும்.

சந்திர வதனம் என்றால்
சந்திரன் மறு நாள் தேயும்.
அந்தரப் பெண்போல் என்றால்
அவளை நாம் பார்த்ததில்லை.
செந்திரு மகள் போல் என்றால்
திருவினைக் கண்டார் யாரே?
சுந்தர வடிவென்றாலும்
சொல்லிலே வலிமை இல்லை.

இப்பாடல்களில், பெண்ணின் உறுப்பு ஒவ்வொன்றுக்கும் வழமையாகச் சொல்லப்படும் உவமைகளைக் கூறி, அவையெல்லாம்

தமது நாயகிக்குப் பொருந்தவில்லை என்று கவிஞர் அதிருப்திப் படுகிறார். (உவமை என்றாலே ஒரு புடை ஒப்புமைதான். சர்வசமனான இரு பொருட்களை உவமான உவமேயமாக்கிப் பேசுவது வழக்கமில்லை; பயனோ சுவையோ உடையதும் அன்று அவ்வாறான உவமிப்பு.) உண்மையில், கவிஞர் செய்ய முயல்வது என்னவென்றால் வழமையான பல உவமைகளை அடுக்கிக் காட்டுவதுதான். இவ்விதம் உவமை – உருவகங்களை வலிந்து அடுக்கிச் செல்வது ஒருவகையான போலிச் சாதுரியத்தின் வெளிப்பாடே எனலாம். இது சில கவிதைகளின் பலவீனமாக உள்ளது.

இத்தகைய பலவீனம் உடைய கவிதைகளில் உவமை – உருவகம் முதலியவை கவிதைக்குப் புறம்பாக வெளிப்பூச்சுப் போலவும் ஆபரணம் போலவும் வேறுபட்டு நிற்கின்றன. உயர்ந்த கவிதைகளில் உவமைகளும் உருவகங்களும் புறத்தே நிற்பன அல்ல. அவையே கவிதையின் அகவுறுப்புகளாகி, கவிதையுடன் இரண்டறச் சேர்ந்து ஒன்றி நிற்கின்றன. சில கவிதைகளில் ஒரே ஒரு தனி உருவகமே முழுக் கவிதையாக மிளிர்கிறது. மணிவாசகரின் *திருவெம்பாவை* அப்படிப்பட்டது. இங்குப் பொய்கையில் நீராடுதல் என உருவகிக்கப்படுவது, சிவானந்தத்திலே திளைத்தலாகிய இறுதி நிலையாகும்.

எங்கள் பிராட்டியும் எங்கோனும் போன்றிசைந்த
பொங்கு மடுவிற் புகப் பாய்ந்து பாய்ந்து . . .

என்ற அடிகள் இவ்வுண்மையை எமக்கு உணர்த்துகின்றன. *திருவெம்பாவையில்* வரும் இருபது செய்யுட்களும் இந்த உருவகத்தை முழுமையாக்கி, விபரமாகவும் ஏற்ற உணர்வுச் சூழலுடனும் நமக்கு நல்குகின்றன.

இங்குக் கையாளப்படும் உவமையும் உருவகமும் வெறும் புற ஆபரணங்களாக இல்லை. கவிதையின் அக உறுப்புகளாக அவை உள்ளமையால் இன்றியமையாதவையாகவும் இருக்கின்றன. இவ்வாறு வரும் முற்றுருவங்களின் வழி வந்தவையே சில கவிதைகளில் இடம் பெறும் குறியீடுகள் ஆகும்.

~~

3

கற்பனையின் பங்கு

1

கவிதையைப் பற்றியும் கவிஞரைப் பற்றியும் பொதுவாகப் பேச்சு எழும்பொழுது கற்பனை என்ற சொல் அடிபடுவதைக் கேட்கலாம். உணர்ச்சி, ஒலி நயம், அணிச்சிறப்பு, யாப்பமைதி, கற்பனை முதலிய பல உறுப்புகள் ஒன்று சேர்ந்தே கவிதைக்கு அரணாகின்றன என்று முந்தைய அதிகாரம் ஒன்றிலே குறிப்பிட்டிருந்தோம். அது பற்றியே பல்வகைத் தாதுவினால் அமைந்தது கவிதை என்னும் பொருள்படப் பவணந்தி முனிவர் இலக்கணம் வகுத்தார் என்றும் கூறியிருந்தோம். அவ்வாறு இருப்பினும் பொதுவாகக் கவிதை என்றதும் கற்பனையே பலருக்கும் நினைவு வருகிறது. கவிதையின் பல பண்புகளிலும் கற்பனையே பிரசித்தமாயுள்ளது என்பதையே இந்நிலைமை தெளிவுறுத்துகிறது. அதாவது கற்பனையே கவிதையின் மூச்சாகக் கருதப்படுகிறது.

கற்பனை என்றால் என்ன என்னும் கேள்விக்கு இலகுவில் விடை கூறிவிடல் முடியாது. கவிதைகளிலே கற்பனை துலங்கும் சந்தர்ப்பங்களைக் காட்டலாம். கற்பனையின் தொழிற்பாட்டுக்கு எடுத்துக்காட்டுகள் கூறலாம். ஆயினும் கற்பனைக்கு வரைவிலக்கணம் கூறுவது எளிதன்று. பொதுவாகக் கூறுமிடத்து எமது அனுபவங்கள், ஐம்புலன்களை அடிப்படையாகக் கொண்டவை. அவ்வனுபவங்கள் வாயிலாக வரும் அறிவைப் புலனுணர்வு அல்லது புலப்பாடு –

perception – என்பர். புலன்கள் மூலமாகவன்றி, கருத்தளவிலும் ஒரு பொருளை எண்ணி அனுபவிக்கக் கூடிய நிலையும் உண்டு. அது பற்றி வரும் அறிவைக் கருத்துப் பொருளுணர்வு – *conception* – என்பர். பின்னதாகிய கருத்துப் பொருள் உணர்வின் செறிந்த உயர் நிலையினையே கற்பனையாற்றல் என்கிறோம். இவ்வடிப்படைக் காரணத்தினால், கற்பனை என்பது இல்லாதது ஒன்றைக் கட்டிக் கூறுதல் என்று பொருள்படும். பொருட்களும் நிகழ்வுகளும் சாதாரணமாகப் புலன்களுக்கு இடமானவையாதலால் அவற்றையே மெய்மை என்பது இயல்பாகிவிட்டது. புலன்களைச் சாராமலும் உணர்வு, பொருட்கள் பற்றியும், நிகழ்ச்சிகள் பற்றியும் தோன்றுமாயின் அவற்றை உண்மைக்குப் புறம்பானவையாகக் கொள்ளுதலும் இயல்பாகிவிட்டது. இயற்கை உணர்விற்குப் புறம்பானவற்றை மன உணர்விற்கு இடமானவையாகப் படைப்பதே கற்பனையாற்றல். இலக்கியத்தைப் பொறுத்தவரையில், "நிகழாதது ஒன்றை நிகழ்ந்தது போலச் சிருட்டிப்பது" கற்பனை என்று கருதப்படுகிறது. கவிதை என்பதே படைப்பு ஆதலின் இல்லாதது ஒன்று படைக்கப்படுவதாகச் சிலர் கருதுவர். கருதவும், கவிதையும் ஓர் இல்பொருள் என எண்ணத்தக்க நிலை தோன்றுகிறது. ஆனால், இதுவே கவிதையின் பூரணமான இலக்கணம் என்று நாம் கொள்ளத் தேவையில்லை. கவிதையின் பண்பொன்று சிற்சில காரணங்களால் பிற பண்புகளைவிட அழுத்திக் கூறப்படுகிறது என்று கொள்வதே பொருத்தமாகும்.

பொதுவாகக் கவிஞருடைய படைப்புகளைப் பற்றிப் பேசும்பொழுது, "கற்பனைச் சிறகு கொண்டு கவிஞன் கவிதை வானிற் பறக்கிறான்" என்றும், "கற்பனைத் தேரேறிக் கவிஞன் கவிதை உலகிற் சஞ்சரிக்கிறான்" என்றும் சொல்லிக் கொள்வது வழக்கம். திருச்சிற்றம்பலக் கவிராயர் தமது கவிதை முயற்சியைப் பற்றி ஓர் இடத்திற் பின்வருமாறு பாடுகிறார்.

மேனி புழுங்க, சிந்தை
மேவி வரும் கற்பனையை
ஏணி பிடித்தேறி
எங்கோ திரிந்து வந்தேன் . . .

கற்பனையைத் துணையாகக்கொண்டு 'எங்கோ' தாம் திரிந்து வந்ததாகக் கவிஞர் கூறும்போது சாதாரண சிறிய நிகழ்ச்சிகளையும் சம்பவங்களையும் விடுத்து, அசாதாரண அனுபவத்தில் ஈடுபடுவதைக் குறிப்பிடுகிறார்.

தாரகை என்ற மணித் திரள் யாவையும்
சார்ந்திடப் போ மனமே

என்றோ,

காற்றில் ஏறி அவ் விண்ணையும் சாடுவோம்

என்றோ பாரதியார் பாடுகையில் மனிதனது எண்ணப் பறவை சிறகடித்து விண்ணிற் பறப்பது எமக்குத் தெரிகிறது அல்லவா? இவ்வாறு கருத்தின் உதவி கொண்டு காணாத காட்சியையும் கேட்காத ஒலிகளையும் அனுபவிப்பது ஒரு மனோபாவனையாகும்.

விட்டு விடுதலை யாகி நிற்பாய் – அந்தச்
சிட்டுக் குருவியைப் போலே

என்று மனத்துக்குக் கூறினார் பாரதியார். துன்பம் நிறைந்த உலகினின்றும் தப்பியோடி, கற்பனையில் இன்பம் காண்பதே இதன் அடிப்படை என்பதில் ஐயமில்லை. முந்தைய அதிகாரம் ஒன்றிலே கவிதையின் வரலாற்றினை எடுத்துக் கூறிய பொழுது புராதன மனிதன் இயற்கையின் மத்தியில் வாழ்ந்து, அதனுடன் போராடி வெல்ல முயன்ற நேரத்தில், அதனை ஏவல் கொள்வது போலவும் அடக்கியாள்வது போலவும் பாவித்துப் பாடிய மந்திர உச்சாடனங்கள் கவிதை வடிவம் பெற்றன என்று குறிப்பிட்டோம். நிகழாத ஒன்றை நிகழவது போல் பாவிப்பதன் தொடக்கம் அங்குக் காணப்படுகிறது. மந்திர நிலையினின்றும் மாறி, இன்பந்தரும் நிலைக்குக் கவிதை வளர்ந்து வந்தபோதும் பழைய மந்திரப் பண்பு முற்றிலும் மறையவில்லை என்று கூறலாம். அதுவே கற்பனைக்கும் ஆதாரமாக அமைந்து கிடக்கிறது என்று கூறுதல் தவறாகாது.

உதாரணமாக, பாரதியார் தம் வாழ்நாள் முழுவதும் நிலையாக இருக்க இயலாது, சொந்த வீடின்றி, நிலம் இன்றி அல்லல் உற்றவர். அது உண்மை நிலை. ஆனால், கவிதையிலே பராசக்தியிடம் வரம் கேட்கிறார். 'காணி நிலம் வேண்டும்' என்ற பாடலில் மாடங்கள் நிறைந்த கட்டிடமும் தோட்டமும் காற்றோட்டமான சூழ்நிலையும் விழைகிறார். இல்லாத ஒன்றைக் கற்பனை செய்கிறார் என்று கூறலாம். ஆயினும், பாரதியாருக்கு மட்டுமன்றி அக்கவிதையைப் படிப்போர் பலருக்கும் இன்பந்தரும் பொருட்கள் அதிலே வேண்டப்படுகின்றன. அவ்விடத்து, கவிஞருடைய தனிப்பட்ட கற்பனையானது பொதுவான பொருளாகி விடுகிறது. "பத்துப் பன்னிரண்டு தென்னை மரம்" கேட்ட புலவரின் கற்பனையை நாமெல்லாம் பாராட்டுகிறோம். "காணி நிலம் வேண்டும்" என்ற கவிதையில் பாரதியார் சின்னஞ் சிறு கற்பனையில் ஈடுபட்டார். வேறு பாடல்களிற் 'பென்னம் பெரிய' கற்பனைகளையும் கட்டவிழ்த்து விட்டிருக்கிறார். அவரைப் போலவே மகாகவியாகிய கம்பனும் அயோத்தியை வருணிக்கும்போது புதியதோர் உலகத்தையே கற்பனையிற் கண்டு காட்டினான். கம்பன் காட்டிய 'எல்லோரும் எல்லாப்

பெருஞ் செல்வமும்' எய்தியுள்ள தேசம் அன்றும் இல்லை; இன்றும் இல்லை. அது எதிர்கால உலகைப் பற்றிய கனவு. மனித வாழ்க்கைக்குத் தேவையான சிறப்பியல்புகள் யாவற்றையும் இலட்சியமயப்படுத்தித் தருகிறான் கம்பன். அந்தக் கற்பனையை அன்றும் இன்றும் நாம் போற்றுகிறோம். கம்பன் கண்ட கனவு நனவாகக்கூடியது ஆதலால் அக்கற்பனை இன்பத்தோடு பயனையும் தரவல்லதாக உள்ளது. கம்பன், பாரதி போன்ற மகா கவிகளின் கற்பனைகள் கேவலம் மலைப்பையும் ஆச்சரியத்தையும் தரும் கருத்துக்களாக நின்று விடாமல், வாழ்க்கைக்கு ஒளி காட்டும் சிந்தனைகளாகவும் அமைகின்றன. பாரதி பற்றிய ஈழத்துப் பாடல் ஒன்று, அப்புலவரின் கற்பனைப் பொலிவு பற்றிப் பேசுகிறது.

உலகிதை மாற்றி ஓர் உன்னத
மாகிய கற்பனையின்
பொலிவினை ஏட்டிற் பொறித்துச்
சிரிக்கின்ற பொற்கவிஞன்.
கலை மெருகென்ப திது எனக்
காட்டிக் கருத்துலகின்
'நிலுவையை' மேலும் மிகுவிக்க
வந்தான்; நிலைத்து விட்டான்.

2

இதுகாறும் கூறியவற்றால் கற்பனை என்பது ஒரு மனோபாவனை அல்லது மனநிலை அல்லது எண்ண ஆற்றல் என்பது தெளிவாகும். ஆனால், கற்பனையைக் கவிதைக்கு அடிப்படை யான மனோபாவமாகக் கொள்ளாது ஓர் அணியாகக் கொள்பவரும் உளர். அவ்வாறு கொள்ளும்போது செயற்கைத் தன்மை அதிகரித்து விடுகிறது. இடைக்காலத்தில் தமிழிலே இக்கருத்தே தலைதூக்கியிருந்தமையால் கற்பனை என்பது இல்லாதவற்றைக் கூறுதலே என்று கொள்ளப்பட்டது. வாழ்க்கையையும் இயற்கையையும் கூர்ந்து நோக்கி, உணர்ச்சி மிக்க நிலையிற் சிலவற்றை கற்பிதமாகக் கூறும் நிலை போய் இல்லாதனவற்றையும் நடவாதவற்றையும் திறம்படக் கூறுதலே கற்பனையின் இலக்கணமாகி விட்டது. அது மட்டுமன்றி அதுவே உயர் கவிதையின் தலையாய பண்பாகவும் எண்ணப்பட்டது. சிவப்பிரகாசர் என்ற புலவர் 'கற்பனைக் களஞ்சியம்' என்று பாராட்டப்பெற்றார். அலங்காரமாகப் புனைந்து கூறுவதே கற்பனை என்று தவறாகக் கருதப்பட்டதும், கூறப்படும் பொருளை விடக் கூறும் முறையே சிறப்பானதாக வற்புறுத்தப்படலாயிற்று. புலவர்கள் ஒருவரை ஒருவர் மிஞ்சிக்கொண்டு நூதனமாகச் சொல்

அலங்காரங்களில் அமிழ்ந்தனர். உதாரணமாக, உவமை உருவகம் ஆகியன கவிஞனது கற்பனையின் வெளிபாடாகும். தனது உணர்வைத் தெளிவாகவும் கூர்மையாகவும் புலப்படுத்துவதற்காக உவமை, உருவகங்களைக் கையாள்கிறான் கவிஞன். கற்பனை அதி சிறப்பாக வற்புறுத்தப்பட்ட காலத்தில் உவமை, உருவகங்கள் தெளிவிற்குப் பதிலாக மயக்கத்தையே அதிகமாக்கின.

கற்பனையாற்றல் புலவனுக்கு இன்றியமையாதது என்பது ஏற்றுக்கொள்ளப்படுவதொன்றே. ஆனால், அவ்வாற்றல் சிறப்புற்று விளங்க வேண்டுமாயின் கவிஞனது மனோதர்மத்துக்கு உதவி செய்யும் வகையில் அது அமைந்திருத்தல் அவசியம். இக்காலத்திற் கவியுள்ளமே நுணுகி ஆராயப்படுவது. அதீதக் கற்பனையானது காவியங்கள் ஓங்கி வளர்ந்த காலப்பகுதியில் தாமும் நீண்டு நிமிர்ந்தனவாகும். பழைய சான்றோர் (சங்கச்) செய்யுட்களிலும் அதீதக் கற்பனை அரிதாகவே காணப்படும். இடைக்காலத்திற் காணப்பட்ட அதீதக் கற்பனை நாட்டம் இன்று குறைந்து விட்டது. பாரதிக்குப் பின் வந்த புலவர்களில் உண்மை மிகுந்த பண்பே மிகுதியாகக் காணப்படுகிறது. பழைய பாடல் ஒன்றிலே உண்மை மிகுந்த கற்பனையைப் பார்க்கலாம்.

பொன்னும் துகிரும் முத்தும் மன்னிய
மாமலை பயந்த காமரு மணியும்
இடைபடச் சேய ஆயினும், தொடை புணர்ந்து
அருவிலை நன்கலம் அமைக்கும் காலை
ஒருவழித் தோன்றியாங்கு, என்றும் சான்றோர்
சான்றோர் பாலர் ஆப.
சாலார் சாலார் பாலர் ஆகுபவே.

கண்ணகனார் என்ற புலவர் பாடிய இப்பாட்டு நட்பை அடிப்படையாகக் கொண்டது. கோப்பெருஞ் சோழனும் பிசிராந்தையார் என்ற புலவரும் சிறந்த அக நட்புள்ளவராய் விளங்கினர். சோழன் இறந்த காலத்துப் பிசிராந்தையாரும் வடக்கிருந்தனர் – உயிர் துறந்தனர் – என்பது கதை. இதுவே பாடலின் பகைப்புலம். கவிஞன் இணைபிரியாத நட்பைக் காண்கிறான். அதன் சிறப்பு அவனைக் கவர்கிறது. அதனைப் பிறிதொன்றுடன் தொடர்புபடுத்திக் கற்பிக்கிறான். பொன், பவளம், முத்து, இரத்தினக்கல் முதலியன வெவ்வேறு இடங்களிலே தூரத்தூரத் தோன்றுகின்றன. ஆயின், அரும்பெறல் மாலை ஒன்று கட்டும் காலத்தில் தவிர்க்க முடியாதபடி ஒன்று சேர்ந்து விடுகின்றன. அதுபோலவே நட்பின் மிக்கார் ஒருவரினின்றும் ஒருவர் தூரத்தே வாழ்ந்தபோதும் சமயத்தில் ஒன்றுபட்டுவிடுவர் என்பது கருத்து. இங்கு, கருத்தின் தனிச்சிறப்பே கவிதையின் உயர்வுக்குப் போதுமானது. உயிர் நட்புப் பற்றி மிகையாக எதுவும்

கூறப்படவில்லை. எனினும் மணி, பொன் பற்றிய உவமானம் கற்பித்துச் சொல்லப்பட்டதே. நட்பு என்ற ஆன்மிகத் திறத்தைக் கற்பனையானது சிறப்புற எடுத்து எம்மனத்திற் பதியவைக்கிறது.

தனிப்பாடலில் மட்டுமின்றி நெடும்பாட்டுகளிலும் கற்பனை செறிந்து காணப்படும். உதாரணமாக, பாரதியார் பாடிய *குயில் பாட்டு* கற்பனையில் அமைந்த நவீனச் சிறு காப்பியமாகும். சோலையிலே குயிலைக் கண்டு, கதை கேட்டு, மோகித்து, பின் கனவிலிருந்து விழித்துக்கொள்வது கற்பனைக் காப்பியத்தின் கரு. அதனை ஒரு பகற்கனவு என்றே கவிஞரும் கூறிவிடுகிறார்.

பட்டப் பகலிற் பாவலர்க்குத் தோன்றுவதாம்
நெட்டைக் கனவின் நிகழ்ச்சியிலே . . .

கண்டது இது என்பது கவி வாக்கு. குயில் கவிஞனுடன் பேசுவதும், அதன் முற்பிறப்புகள் பற்றிய வரலாறும் பிறவும் முற்றிலும் இயற்கையிற் காணப்படாதன. அவை புலவர் கட்டிக்கூறும் கதை நிகழ்ச்சிகள் ஆயினும் குயிலின் கதை காதற் கதை; நாம் கற்பனை யமைப்பை மறந்து அப்பாத்திரங்களுடன் உறவு கொண்டாட முற்படுகிறோம்.

கலிங்கத்துப் பரணி என்ற சோழர் காலத்துப் பிரபந்தத்திலே காளி, கூளி, பேய்கள் முதலியன இடம்பெறுகின்றன. உயர்ந்த கற்பனைதான்! ஆயினும் அப்பாத்திரங்களுடன் நாம் மனித உறவை வளர்த்துக் கொள்ளல் இயலாது. பூதாகாரமான உத்தியாற் குலோத்துங்க சோழன் புகழப்படுகிறான். அது உண்மையே. ஆனால், அக்கற்பனை இயற்கையதீதக் கற்பனை மட்டுமன்றி, வாழ்க்கையுடன் அதிகத் தொடர்பு இல்லாத கற்பனை. எனவே, *குயிற்பாட்டு*டன் ஒப்பிட்டுப் பார்க்கும்பொழுது செயங்கொண்டானின் கற்பனை தரங் குறைந்தது என்றே கூறுதல் வேண்டும்.

எமது காலத்துக் கவிஞர் ஒருவரின் கற்பனையை இனிக் காண்போம்.

கடல் நீரும் நீல வானும்
கை கோக்கும்; அதற்கிதற்கும்
இடையிலே கிடக்கும் வெள்ளம்
எழில் வீணை; அவ் வீணை மேல்
அடிக்கின்ற காற்றே, வீணை
நரம்பினை அசைத் தின்பத்தை
வடிக்கின்ற புலவன்! தம்பி,
வன் கடல் பண்பாடல் கேள்!

பொங்கு கடலானது ஓயாது முழங்கிக்கொண்டிருப்பதை நாமெல்லாம் அறிவோம். அதனை அடிநிலையாகக் கொண்டு பாரதிதாசன் கற்பனை விரிகிறது. *அழகின் சிரிப்பு* என்ற கவிதைத்

தொகுதியிலே அவர் மேற்கண்டவாறு பாடியுள்ளார். கடல் வெள்ளத்தின்மேற் காற்று அடிக்கிறது. அது வெள்ள வீணையைக் காற்றுப் புலவன் மீட்டுவதாகக் கற்பிக்கப்படுகிறது. வீணையோ இதய வீணையாகவும் கற்பிக்கப்படுகிறது. கடல் நீரும் நீல வானும் கை கோக்கவே அவை இளங் காதலராக உருவகிக்கப்படுகின்றன. இவை யாவும் நிகழாதன. நிகழ்ந்தவை போலக் கவிஞராற் கற்பனை செய்யப்பட்டுள்ளன. கருத்து வடிவில் இருப்பினும் ஆண் – பெண் இணைப்பு, காதல், இதயம், வீணை, பண் முதலியனவெல்லாம் பாடலில் இடம் பெறுவதால் கருத்தானது உணர்ச்சி நிலையில் இருக்கிறது. அஃறிணைப் பொருளான கடல் கற்பனையின் விளைவால் இன்பப் பண் மீட்டும் வீணையாக மாறுகின்றது. இது இன்பமே வேண்டி நிற்கும் கவிஞனின் மனோபாவத்தினது பிரதிபலிப்பு என்றும் கூறலாம். குழந்தைப் பருவம் முதல் முதுமைப் பருவம் வரை மனிதர் கற்பனை செய்கின்றனர். உண்பது நாழி; உடுப்பது நான்கு முழம்; ஆயினும் மனம் எண்பது கோடி நினைந்து எண்ணுவது அல்லவா? 'எண்ணாத எண்ணமெல்லாம் எண்ணி எண்ணி ஏழை மனம் புண்ணாகிப்' போவதாக ஒரு புலவர் பாடியுள்ளார். இத்தகைய எண்ணங்களே கற்பனையின் அடிப்படை. இவற்றை வாழ்க்கையின் ஒளியில் பொருள் பொதிந்தவையாகவும் இன்பந்தர வல்லவையாகவும் அமைத்துக் கவிதை ஆக்குவது சிறந்த ஆற்றலாகும். கற்பனை சூனியத்திலிருந்து தோன்ற முடியாது. ஆனால், சூனியத்தையும் கற்பனை செய்யலாம். கவிஞர் ஒருவர் பாடுவது போல,

> சுற்றும் பாழ் வெளியாய்த்
> தோற்றமிலாச் சூனியத்தில்
> பற்றிப் படர எணும்
> பகற்கனவு மனக்கொடி

எல்லாரிடத்திலும் உண்டு. அது பயன்படுத்தப்பெற்று, பா வடிவில் வரும்பொழுது ஆற்றலும் அழகும் பெற்று விளங்குகிறது. அப்பாக்களே ஆழ்ந்து சுவைக்கும் எமது மனமும் கற்பனையும் விரிவு பெறுகின்றன.

3

கற்பனை என்பது இல்லாத ஒன்றைக் கட்டிக் கூறும் ஆற்றல் என்று முன்னர்க் குறிப்பிட்டோம். உண்மைக் கவிஞனாற் படைக்கப்படும் கவிதை ஒவ்வொன்றும் முன்னில்லாத ஒன்றை ஆக்கிக் காட்டுகிறது. இவ்வாறு நோக்கும்போது கவிதைக் கலையிலே கற்பனை என்பது படைப்புத் தொழிலுக்கு ஒரு மறு பெயர் என்று சொல்வது ஒரு வகையிற் பொருத்தமாகும். கற்பனை என்ற பதத்தின் விரிவான கருத்து இது.

இந்த இடத்தில் ஷேக்ஸ்பியரின் சில வரிகளை எடுத்துக் காட்டுதல் தகும்.

.... கவிஞனின்
சுழலும் மயல் விழி சொர்க்கம் துழாவி
மண்ணிலம் வரைக்கும் வரும்; அவன் கற்பனை
அறியாப்பொருள் உருச் சுவடு காணவும்,
கவித்துவப் பேனா கன உடல் கொடுத்துக்
காற்று நிகர்த்த இன்மைகள் தமையும்
ஊரும் பேரும் உடையன ஆக்குமே.

கவிஞனும் மனிதனே. சில சிறப்பான திறமைகள் படைத்த மனிதன் அவன். மனிதனாகிய அவன் உலகினைப் பார்க்கிறான். புழுதி படர்ந்த மண்ணிலத்தை அவன் காண்கிறான். அங்கு இன்ப துன்பங்கள் கலந்து குழம்பிக் கிடக்கின்றன. இன்பங்களையெல்லாம் ஒருமிக்கத் தொகுத்துப் பல மடங்கு பெருப்பித்து, அதற்குச் சொர்க்கம் என்று பெயர் சூட்டுகிறான். துன்பங்கள் எல்லாவற்றையும் ஒருமிக்கத் தொகுத்து, அதையும் பல மடங்கு பெருப்பித்து அதற்கு நரகம் என்று பெயர் சூட்டுகிறான். சொர்க்கத்தையும் நரகத்தையும் மண்ணிலத்தையும் அவன் விழிகள் மறுபடியும் ஒரு தடவை பார்வையிடுகின்றன. அவ்வாறு பார்வையிடும் விழிகள், சுழலும் மயல் விழிகள். கலை ஆவேசம் என்ற வெறி பிடித்த கவிஞனின் விழிகள் சுழலும் மயல் விழிகள் என்று சுட்டப்படுவது பொருத்தம்தானே!

கண்களைத் திறந்து வெளியுலகைப் பார்க்கும் கவிஞன் பல பொருட்களைக் காண்கிறான். சடவுலகக் காட்சிகளே அவனுடைய அனுபவங்கள் ஆகும். கண்ணாற் காண்பவை மட்டும் தான் அனுபவங்கள் அல்ல. காதினாற் கேட்பவையும், மூக்கினால் மோப்பவையும், நாவினாற் சுவைப்பவையும், மேனியாலே தொட்டு அறிபவையும் ஆகிய எல்லாமே அனுபவங்கள்தாம். இவ்வனுபவங்கள் பலதரப்பட்டவை. பல்வேறு இடங்களில், பல்வேறு நேரங்களில் ஈட்டப்படுபவை. பல்வேறு பொருட்களைப் பற்றியவை. கவிஞனின் நினைவுக் களஞ்சியத்தில் இவையெல்லாம் சேமித்துவைக்கப்பட்டுள்ளன.

புலன்வழிப் பெற்ற அனுபவங்களே கவிதையின் மூலப் பொருள் என்று முன்பும் ஒரு தடவை கூறினோம். இவ்வனுபவங் களைப் 'புலப்பாடுகள்' என்ற சொல்லினால் இனிக் குறிப்போம். இப்புலப்பாடுகளுள் குறித்த ஒரு சிலவற்றிடையே ஒரு வகை ஒற்றுமையைக் காண்கிறான் கவிஞன். பொதுவான ஏதோ ஒரு பண்பு இந்தக் குறிப்பிட்ட புலப்பாடுகளுக்கு உள்ளமையை அவனுடைய சிந்தனையும் உள்ளுணர்வும் மணந்து பிடித்துக் கொள்கின்றன. புலப்பாடுகளிடையே மணந்து பிடிக்கப்படும்

இப்பொதுமைப் பண்பே அவன் எழுதப்போகும் கவிதையின் 'கருத்து' என்று கூறிவிடலாம். ஷேக்ஸ்பியர் "அறியாப் பொருள்" என்று கூறுவதும், "காற்று நிகர்த்த இன்மைகள்" என்று சுட்டுவதும் தெளிவு பெறாத புகை மூட்டம் போன்று கவிஞனின் நெஞ்சகத்தில் நிறைந்துள்ள கருத்தினைத்தான். திண்மையான காட்சிப் பொருள்களினின்றும் பெறப்பட்ட இப்பொதுமைப் பண்பு, நுண்மையான கருத்துப் பொருளாக உள்ளது.

இதனை ஓர் ஒப்புமையால் விளக்குவோம். கணு முற்றிய கருப்பந் தடிகள் பல உள்ளன. இவை எண்ணிறந்த கலங்களால் ஆக்கப்பட்டுள்ளன. இக்கலங்கள் ஒவ்வொன்றுக்கும் பல்வேறு பண்புகள் இருக்கலாம். அப்பண்புகளுள் ஒன்று இனிமை. கரும்பிலுள்ள இனிமையை மட்டும் பிரித்தெடுக்க விரும்பினால் என்ன செய்வோம்? கரும்பைப் பிழிந்து சாற்றைப் பெறுவோம். கருப்பஞ் சாற்றிலும் மிகையாக இருக்கும் நீரை அகற்றும் பொருட்டு அதைக் காய்ச்சிச் சர்க்கரையைப் பெறுகிறோம். சர்க்கரையிலும் மிகையாக நிற்கும் பழுப்பு நிறப் பொருளை நீக்கிச் சுத்தம் செய்து சீனியைப் பெறுகிறோம். புலப்பாடுகள் கருப்பந்தடி போன்றவை. கவிதைக்கென உரிமை பூண்ட கருத்து – உரிப்பொருள் – சீனி போன்றது.

இனி, சீனியை நாம் எவ்வாறு பயன்படுத்துகிறோம்? அதனை அப்படியே அள்ளி வாயிலே போடுவது ஒரு வழி. இப்படிச் சீனியை விழுங்கும்போது அது வாய்க்கு அவ்வளவு இதமாக இருக்காது. சீனியைக் கலந்து பல்வேறு பானங்களை நாம் தயாரிக்கிறோம். கோப்பியும் பாலும் கலந்து அந்தக் கலவைக்கு அளவாகச் சீனி போடுகிறோம். அப்போது அப்பானம் வாய்க்கு இதமாக இருக்கிறது; விரும்பத்தக்கதாக இருக்கிறது.

கருத்துக்களும் அப்படித்தான். வெறும் கருத்துக்களை எடுத்து நேரடியாகப் பேசினால் அங்கே கலை இருக்காது. கருத்துக்களை வறிதே – சும்மா – எடுத்து எழுதும் எழுத்திலும் இலக்கிய நயம் இருக்காது; கவிதை இருக்காது.

இலக்கிய நயமும் கவிதை நயமும் தோன்ற வேண்டுமானால் கருத்து எனப்படும் சீனியை வேறு சில புலப்பாடுகள் எனப்படும் கோப்பியுடனும் பாலுடனும் கரைத்தல் வேண்டும்.

இதனை வேறொரு விதமாகவும் எடுத்துக் கூறலாம். காற்றைப் போலவும், ஆவி போலவும் நுண்மையாக உள்ள கருத்துக்களுக்குக் காதும் மூக்கும் கண்ணும் உடைய கனமான உடல்களைக் கொடுத்தல் வேண்டும். உடல் படைத்த அந்த உயிர்களை ஊரும் பேரும் உடையனவாக மாற்றுதல் வேண்டும். கருத்துகளுக்கு உடல்

கொடுக்கும் – உருவம் கொடுக்கும் – இப்படைப்புத் தொழிலே கற்பனை ஆகும்.

4

கருத்துக்களுக்கு உடல் கொடுப்பது எப்படி? இதற்கும் ஓர் உதாரணம் காண்போம்.

'ஆனையும் அறுகம் புல்லிலே தடக்கும்'. இது ஒரு பழமொழி. இதனைக் கேட்கும்போது எமது மனத்தில் ஓர் ஓவியம் உண்டாகிறது; எண்ணப்படம் ஒன்று எழுகிறது. உடல் பருத்த, மதம் பிடித்த யானை ஒன்று காட்டுவழியே சென்றுகொண்டிருக்கிறது. வழியிலே சில செடிகள்; பல மரங்கள்; பலப்பல புதர்கள். இவற்றையெல்லாம் பொருட்படுத்தாமல் படுவேகத்திலே போய்க்கொண்டிருக்கிறது யானை. செடிகள் சில வேரோடு பிடுங்கப்படுகின்றன. மரக்கிளைகள் பல துதிக்கையாலே பற்றிப் பறிக்கப்பட்டு நாற்றிசையும் வீசப்படுகின்றன. புதர்கள் பலப்பல சிதைக்கப்பட்டுச் சின்னாபின்னமாகின்றன. சுற்றுச் சூழல்களையெல்லாம் துச்சமாக மதித்த பெருமிதத்தோடு மிடுக்கு நடைபோடுகிறது அந்தக் காட்டு யானை... இதே யானை மரஞ் செடி கொடிகள் அதிகம் இல்லாத ஒரு திறந்த வெளியை அடைகிறது. தனது போக்குக்குத் தடை எதுவும் காணாத நிலையில் யானையின் அலட்சியம் மேலும் அதிகமாகிறது. அத்துடன் களைப்பு வேறு யானையின் உதாசீனத்தை அதிகரிக்கிறது. இந்த நிலையில் வழியிலே கிடந்த சில அறுகம்புல்லுகள் யானையின் காலிலே தட்டுப்படுகின்றன. யானை தடுமாறிவிடுகிறது; அது நிலை குலைகிறது; தனது சமநிலையை இழக்கிறது. ஒரு சிறு துணுக்கமும் பதற்றமும்கூட யானைக்கு உண்டாகிறது. ஒரு கணம்தான் இந்த நிலைகுலைவு. பின்னர், யானை எப்படியோ சமாளித்துக்கொண்டு தனது பழைய நிலைக்கு மீள்கிறது.

இத்தனையும் படக்காட்சி போல நம் நினைவுத் திரையிலே தோன்றுகின்றன. ஒரு சிறு பழமொழி தூண்டிவிட்ட எண்ணப் படங்கள் இவை. 'ஆனையும் அறுகம் புல்லிலே தடக்கும்' என்ற பழமொழியே இந்த எண்ணப் படக்காட்சிக்குக் காலாக அமைகிறது. கவிதையில் இடம் பெறும் உவமை, உருவகம், குறியீடு ஆகிய மூன்றும் இவ்வகையான எண்ணப் படங்களை எழுப்புகின்றன. இவை மூன்றுக்கும் பொதுப்பெயராகப் **படிமம்** என்ற சொல்லையும் சிலர் கையாள்வதுண்டு. படிமங்களை ஆக்கும் படைப்புச் செயலே கற்பனை ஆகும். ஆக, சொல்ல வேண்டிய கருத்தை விளக்கமாகவும் விரும்பத்தக்க விதத்திலும்

சொல்ல உதவி செய்யும் கருவியே படிமம் ஆகும். அப்படிமத்தைப் படைப்பதே கற்பனை ஆகும்.

படிமங்கள் மூலம் கருத்துக்கள் எவ்வாறு விளக்கம் பெறுகின்றன? முந்திய பழமொழியையே எடுத்துக்கொள்வோம். ‘ஆனையும் அறுகம் புல்லிலே தடக்கும்’ என்ற பழமொழி சொல்ல எடுத்துக்கொண்ட கருத்துத்தான் என்ன? வலிமையும் திறமையும் மிகவும் உடையவர்கள்கூட வலிமையும் திறமையும் குறைந்தவர்களிடத்திலே சில சந்தர்ப்பங்களிலே தோற்றுவிடுகிறார்கள். இதுவே பழமொழியின் கருத்து. இந்தக் கருத்தை இப்பழமொழியை ஆக்கிய மக்கள் எங்கிருந்து பெற்றனர்? பரந்துபட்ட உலக அனுபவம் என்ற கரும்பிலிருந்து பெற்றுச் சீராக்கப்பட்ட சீனியே இப்பழமொழியில் இடம்பெற்றுள்ள கருத்தாகும். சுட்ட பழம் வேண்டும் என விரும்பிய ஔவைக் கிழவி ஆயர் குலச் சிறுவனால் மடக்கப்பட்ட கதையை நாம் கேள்விப்பட்டிருக்கிறோம். கருங்காலி மரத்தை நறுக்கு நறுக்கென்று வெட்டித் தள்ளிவிடக்கூடிய ஒரு கோடாரி, வாழை மரத்தை வெட்ட முடியாமல், சக்குச் சக்கென்று சொட்டிக் கொள்வதைத் தவிர வேறு எதுவும் செய்ய இயல்வதில்லை. பிரபல கணித மேதை ஒருவர் சாதாரண கூட்டல் கழித்தல்களிலே பிழை விடக்கூடும். இவை போல நூற்றுக்கணக்கான சம்பவங்களை நாம் எண்ணிப் பார்க்கலாம். இவையெல்லாம் புறவுலகிலிருந்து பெறப்படும் அனுபவங்கள். இந்த அனுபவங்களிலிருந்து தேறித் தெளிந்து பொதுமைப்படுத்திப் பெற்ற உண்மையே ‘வலியவனும் எளியவனிடத்திலே தோற்பதுண்டு’ என்ற கருத்து.

இதே கருத்தை வெறுமையாக அப்படியே கூறாமல் ஆனை – அறுகம் புல்லு என்ற படிமங்கள் மூலம் சொல்லும் போது மேலதிகமான விளக்கம் உண்டாகிறது. கவிதையில் இடம்பெறும் படிமங்களின் நோக்கம் இவ்வாறான விளக்கத்தை உண்டாக்குவதேயாம். இவ்விளக்கம் அறிவுக்கும் உணர்வுக்கும் ஒருங்கே விருந்தாகுமாயின் அங்கு உயரிய கவிதைச் சுவை நிறைவு பெறுகிறது.

இதுவரை கற்பனையின் விரிந்த பொருளாக நாம் கண்ட செய்திகளைப் பின்வருமாறு சுருக்கிக் கூறலாம்.

கற்பனை என்பது ஒரு கவிதையை ஆக்கும்போது கவிஞன் ஆற்றுகின்ற படைப்புத் தொழிலின் ஒரு பகுதியாகும். இப்படைப்புத் தொழில் மூன்று படிகளில் அல்லது கட்டங்களில் நிகழ்வதென நாம் கருதலாம். அனுபவம் —> கருத்து —> படிமம் என்பனவே அம்மூன்று கட்டங்களிலும் முறையே இடம் பெறும் மூன்று அம்சங்களாம்.

1. அனுபவம் புற உலகிலிருந்து ஈட்டப்படுவது. ஐம்புலன்களின் வாயிலாகக் கிட்டுவது. பலதரப்பட்ட புலப்பாடுகளின் சேம நிதியாக உள்ளது.

2. கருத்து அனுபவங்களினின்றும் சிந்தனையாலும் உள்ளுணர்வாலும் வடித்தெடுக்கப்படுவது. பொதுமைப் பண்பு கூடியது. மன நிகழ்வாகவே பெரும்பாலும் நிற்பது.

3. படிமமோ கருத்துக் கட்டி. கருத்துக்களே உணர்த்தக்கூடிய ஒரு சில புலப்பாடுகளின் கூட்டுச் சேர்க்கை.

படிமங்களை ஆக்கும் செயல்முறையே கற்பனை ஆகும்.

5

கற்பனை பற்றிய இந்த விளக்கத்தை ஒரு தனிக் கவிதையோடு பொருத்திக் காண்போமாயின் நம்முடைய விளக்கம் மேலும் முழுமை பெறும். 'அடாத்து' என்ற கவிதையைப் பார்ப்போம்.

தினையை விதைத்தவர் தினையை அறுக்கலாம்.
சுரையைப் புதைத்தவர் சுரைக்கொடி முளைத்து
வளர்ந்த பின்னர் சுரைக்காய் பறிக்கலாம்;
காலம் அறிந்து தண்ணீர் ஊற்றி
உரிய எருவும் உதவி உழைத்தால்
சுரைக்காய் பெரிதாய்ச் சுவை நிறைந்திருக்கும்;
எதுவும் விதையா திருந்து கொண்டோர்
இருட்டு வேளையில் திருட்டுத் தனமாய்
அறுதுக் கவர்வதே அடாத்தெனப் படுவதாம்.
இருட்டுத் திருட்டின் இழிப்பும் பழிப்பும்
சிறு குழந்தைக்கும் தெற்றெனப் புலப்படும்.
பட்டப் பகலிற் பலர் பார்த்திருக்கக்
கொள்ளை அடிக்கும் குணமும் திறமும்
மிக மிக நுணுகிய உத்தியின் பாற்படும்.
உத்தி நுணுக்கம் உணர்ந்தவர் மட்டுமே
தோல் இருக்கையிலும் சுளையினை வாங்குவார்
சுளையினை வாங்கும் சூழ்ச்சி
அடாத்துள் அடாத்தென அறிதல் தக்கதே.

இதற்குப் பதவுரை அனாவசியம். சுரையை விதைக்காத ஒருவன் வேறு யாரோ ஒருவன் பயிரிட்ட சுரையின் பலனை அபகரித்துக் கொள்வது சித்திரமாக்கப்பட்டுள்ளது. சுரைக்காயைத் திருடும் கள்வனே இங்கு முக்கியப் படிமம். இப்படிமத்தின் வாயிலாக உணர்த்தப்படும் கருத்து யாது?

உழைக்கும் வர்க்கத்துக்குச் செல்ல வேண்டிய நலன்களை, உழையாத வர்க்கத்தினர் மறைமுகமாகச் சுரண்டிக்கொள்கிறார்கள் இதைத் தடுப்பதே உண்மையான நீதியாகும்.

இக்கருத்து எங்கிருந்து பெறப்பட்டது? உலகிலுள்ள பெருந்தொழில் நிறுவனங்கள் பலவற்றில் உழைப்புக்கேற்ற ஊதியம் இல்லாத நிலைமை உண்டு. தேயிலைத் தொழிலிலும் தெங்குத் தொழிலிலும் பட்டுத் தொழிலிலும் பால் மாத் தொழிலிலும் எண்ணெய்த் தொழிலிலும் இனிப்புத் தொழிலிலும் இதே நிலைமைதான். உழைப்போரின் வாழ்க்கைத் தரத்துக்கும் உழையாமல் அபகரிப்போரின் வாழ்க்கைத் தரத்துக்கும் மலைக்கும் மடுவுக்கும் உள்ள வித்தியாசம். இத்தொழில்கள் ஒவ்வொன்றிலுமுள்ள தனிப்பட்ட சிறப்பு நிலைமைகளைக் கடந்து பொதுமைப்படுத்திப் பார்க்கும்போது உழைப்பாளர்களுக்குக் கிடைக்க வேண்டிய பலன்களின் பெரும்பகுதி மறைமுகமாகக் கவரப்பட்டு வேறு எங்கோ கொண்டுசென்று குவிக்கப்படுவது கண்கூடு. உழைப்பாளர்களை உழையாதவர்கள் வருத்துவது கபடமாக – மறைமுகமாகவே – நடைபெறுகிறது. வெளிப்படையாய்ப் புலப்படாமல் மிகவும் நுட்பமாக இழைக்கப்படும் இந்த அநீதியை வெளிச்சம் போட்டுக் காட்டுவது இக்கவிதையை எழுதியவரின் நோக்கமாக இருந்திருத்தல் வேண்டும். ஆகவேதான் மறைமுகச் சுரண்டலின் ஒரு படிமமாகச் சுரைக்காய்த் திருட்டைத் தீட்டிக் காட்டுகிறார். அவ்வளவோடு நில்லாமல் அச்சுரண்டலின் – இருட்டுத் திருட்டின் – மறைமுகத் தன்மையையும் கரவையும் அழுத்திக்காட்டும்பொருட்டு 'தோல் இருக்கச் சுளை வாங்குதல்' என்ற மற்றுமொரு படிமத்தையும் துணையாகக் கொள்ளுகிறார். பொது மக்களாற் பெரிதும் அறியப்பட்ட படிமம் ஆதலால் அதையிட்டு மிக விரிவான விபரங்களைத் தருவது அனாவசியம். இதனாற் போலும் அது பற்றி அதிகம் ஆலாபனை செய்யாமல் ஒரு சில சொற்களிற் சுட்டிச் சொல்லிய அளவிலேயே அமைந்துவிடுகிறார்.

இக்கவிதையை வாசிக்கும் சுவைஞன் என்ன செய்கிறான்? இக்கவிதை நுதலிய பொருள் சுரைக்காய்த் திருட்டு எனவோ, தோல் இருக்கச் சுளை வாங்குதல் எனவோ அவன் நினைத்தால் அச்சுவைஞன் கவிதை நயப்பிலே போதிய பயிற்சி பெறவில்லை என்பதே கருத்தாகும். மற்றுமொரு சுவைஞன் இக்கவிதை நிலப்பிரபுச் சமுதாயத்துக்கே பொருந்தும் என்று கருதலாம். கமத்தொழில் சம்பந்தமான படிமங்கள் கையாளப்பட்டுள்ளமை அவனை அவ்வாறு எண்ணும்படி தூண்டக்கூடும். முன்னைய

சுவைஞனைவிட ஒரு படி மேலானவன் இந்த இரண்டாவது சுவைஞன். அவ்வளவுதான்.

'அடாத்து' என்ற பாட்டின் கருத்து சுரைக்காய்ப் பயிர்ச்செய்கைக்கு மட்டும் உரியதன்று. அதே போன்று அது கமத்தொழிலுக்கு மட்டுமே உரியதென்று அதனை மட்டுப்படுத்தவும் தேவையில்லை. கமத்தொழில் தவிர்ந்த வேறு தொழில்களுக்கும் அதன் கருத்தைப் பொருத்திப் பார்க்கலாம். தேயிலைத் தொழிலும் தெங்குத் தொழிலும் பட்டுத் தொழிலும் பால் மாத் தொழிலும் எண்ணெய்த் தொழிலும் இனிப்புத் தொழிலும் இன்னும் என்னென்ன வகையான தொழில்களெல்லாம் உலகில் உண்டோ அவை எல்லாம் இக்கவிதையின் கருத்தோடு சார்த்தி நோக்கப்படலாம்; படல் வேண்டும். அப்படிச் சார்த்தி நோக்கும் சுவைஞன் பரந்த பொது அனுபவங்களுடன் சங்கமம் ஆகிவிடுகிறான். அதன் விளைவான உணர்வுப் பேற்றுடன் ஒன்றிவிடுகிறான். இதுதான் கவிதை நயப்பின் உண்மையான உயரிய பலன் எனலாம்.

எனவே, சுவைஞனின் நோக்குப்படி பார்க்கப்போனால் ஒரு கவிதையை அவன் படிக்கும்போது அவனை முதலில் வந்தடைவது படிமம். இந்தப் படிமம் உணர்த்தும் கருத்தை அடுத்தபடியாக ஓர்ந்துகொள்கிறான் சுவைஞன். அடுத்து, இக்கருத்தைத் தன்னுடைய புறவுலக அனுபவங்களுடன் பொருத்திக் காண்கிறான். இது முழுமையானதோர் உணர்வுப் பேற்றுக்குக் காலாகிறது. இதுவே கவிதைச் சுவை அனுபவத்துக்கும் இட்டுச் செல்கிறது. இறுதி விளைவாகிய முழு உணர்வுப் பேற்றுக்கும் கவிதைச சுவைப்பின் தொடக்கப் புள்ளியாகிய படிமங்களுக்கும் இடையேயுள்ள தொடர்பையும் அதன் நுட்பத்தையும் பல தடவை அசைபோடுகிறான் சுவைஞன். இந்த நுட்பம் அவனுக்கு வியப்பையும், விளக்கத்தையும் உணர்வு மூட்டத்துடன் சேர்த்து வழங்குகின்றன. இந்த உணர்வு மூட்டம் இல்லையானால் அங்குக் கவிதைச் சுவை இல்லை.

அண்டங்களை எல்லாம் அலுவற்படுத்தும் அம்பலவாணனின் கூத்தினது தத்துவத்தை விளக்கிப் பக்கம் பக்கமாக எழுதியிருக்கிறார் கலாயோகி ஆனந்த குமாரசாமி. அவ்விளக்கத்தைப் படிக்கும்போது அறிவுக்கு விருந்து கிடைக்கிறது. ஐந்தொழிலின் தத்துவமாகிய கருத்துக் கூறுகள் தூக்கிய திருவடியாகவும் அனலேந்தும் திருக்கையாகவும் அபயகரமாகவும் உருவெடுத்த செயல்முறையை அறிந்துகொள்ள அந்த அறிஞரின் பெருநூல் உதவுகிறது. ஆனால், கலைச் சுவையை அல்லது கவிதை அனுபவத்தைப்

பெறவேண்டுமானால் நாம் அப்பர் பெருமானிடம் போக வேண்டும். அவரோடு சேர்ந்து பாடினால்,

> குனித்த புருவமும் கொவ்வைச்செவ் வாயிற் குமிண் சிரிப்பும்
> பனித்த சடையும் பவளம்போல் மேனியிற் பால் வெண்ணீறும்
> இனித்தமுடைய எடுத்தபொற் பாதமும் காணப் பெற்றால்
> மனித்தப் பிறவியும் வேண்டுவதே இந்த மாநிலத்தே

என்ற உண்மையை ஓரளவுக்கேனும் உணர்வோம். உயரிய கற்பனையின் பெறுபேறாகிய கவிதை நம்மீது செயற்படுவது இப்படித்தான்.

~~

4

ஓசை மேல் ஆசை

1

கவிதையைப் பற்றிய கருத்துத் தோன்றும் பொழுது முதலில் அதற்கும் உரைநடைக்கும் உள்ள வேறுபாடே எவருக்கும் இயல்பாக நினைவுக்கு வரும். இந்த வேறுபாடு எத்தகையது என்று கேட்கின் கவிதையில் ஓசை நயம் அல்லது இசைத்தன்மை காணப்படும் என்றும் உரைநடையில் அப்பண்புகள் காணப்படுவன அல்ல என்றும் கூறிவிடுவோம். உரைநடையிலும் ஒலிநயம் உண்டு; ஆயின் அது தெற்றெனப் புலப்படுவதில்லை. கவிதையிலே ஒலி ஒழுங்குகளும் அமைதியுமே அதன் தனிப்பண்புகளாக விளங்குகின்றன. எனவே கவிதைக்கும் ஒலிநயத்துக்கும் இயல்பான – பிரிக்க இயலாத – பிணைப்பு உண்டென்று கூறலாம்.

கவிதையொன்றினை அச்சிற் கண்டதும் எம்மையறியாமலே அதனை உரைநடையினின்றும் வேறாகக் கொண்டு அதனைப் படிக்கும் முறையையும் அதனை நோக்கும் வகையையும் மாற்றிக் கொள்கிறோம். சுருங்கக் கூறின், உரைப்பகுதியைப் படிக்கும்போது எம்மிடத்துக் காணப்படாத ஓர் எழுச்சியும் சிறப்பான முயற்சியும் கவிதையைப் படிக்க முற்படும்போது காணப்படுகின்றன. உதாரணமாக, ஒரு கருமத்தைச் செய்யும் வேளை

எம்மை அறியாமலே எமது உடல் – தசைநார்கள் முதலியன – ஆயத்தமாகிக்கொள்வது போலவே கவிதையைக் கண்கள் கண்டதும் மனம் தன்னைத் தானே அதனை அனுபவிப்பதற்குத் தயாராக்கிக் கொள்கிறது. உடல் தனது தேவைகளையொட்டி இயங்குவது போலவே உள்ளமும் இயங்குகிறது என்பது குறிப்பிடத் தக்கது. ஒலிநயத்தைப் பொறுத்தவரை உடலும் உள்ளமும் சேர்ந்தே பாதிக்கப்படுகின்றன என்று கூறலாம். ஒலி செவிப்புலன் சம்பந்தமானது. பெரும்பாலான கவிதைகள் வாய்விட்டுப் படிக்க வேண்டுவன ஆதலால், ஒலி செவி வாயிலாக உணர்ச்சியைத் தூண்டுகிறது. இதன் அடிப்படையிலேயே உரைக்கும் பாட்டுக்கும் பொதுவாக நாம் வேறுபாடு காண்கிறோம்.

கற்பனை, உவமை, உருவகம் முதலிய பிற உறுப்புகள் போல ஒலிநயமும் கவிதையின் ஓர் அம்சமே. வெறும் ஓசை நயமானது இசை ஆகிவிடும். கவிதையென்பது உணர்ச்சிக்குப் பெருமளவு முக்கியத்துவம் அளிப்பது. பொருளற்ற ஒலி வடிவம் கவிதையாகாது. எனவேதான் கவிதையிற் காணப்படும் ஒலிநயமானது இசையினின்றும் வேறுபடுவது. இதனை நாம் நினைவிலிருத்திக் கொள்ளுதல் நன்று. எத்தனையோ சிறந்த கவிதைகள் சங்கீத வித்துவான்களாற் பாடப் பெறும்பொழுது தம் ஆற்றலை இழந்து கேவலம், ஓசை நிரப்பிகள் போல அமைந்திருப்பதை நாம் அடிக்கடி காணலாம். ஆகவே, கவிதைக்குரிய ஒலிநயமானது தனித்தன்மை வாய்ந்தது என்பதையும், தனக்கெனச் சிற்சில பண்புகளை உடையதாய் உள்ளது என்பதையும் மறந்துவிடலாகாது.

முன்பொரு சமயம் சொற்களைப்பற்றிக் குறிப்பிட்டபொழுது சொற்களிடத்தே ஒலியாற்றலும் பொருளாற்றலும் மண்டிக்கிடக்கின்றன என்று கூறினோம். உவமை, உருவகம் முதலியன சொற்களின் பொருளாற்றலை வெளிக்கொணர்வன; எதுகை, மோனை, தளை முதலிய யாப்பின்பாற்பட்ட உத்திகள் சொற்களின் ஒலியாற்றலைச் சிறப்பாகக் காட்டுவன. கவிதையிலே ஒலிநயம் தோன்றுவதும் கவிஞன் சொற்களைக் கையாளும் வகையிலேதான் தங்கியுள்ளது. உணர்ச்சி நிலைகளைப் பிரதிபலிக்கும் வகையில் பல்வேறு ஒலி வடிவங்களில் அமைகின்றன, சொற்கள். ஓர் உதாரணம் பார்க்கலாம்.

அன்புடனே யானும் அருங்குயிலைக் கைக்கொண்டு
முன்பு வைத்து நோக்கிய பின் மூண்டு வரும் இன்பவெறி
கொண்டதனை முத்தமிட்டேன். கோகிலத்தைக் காணவில்லை.
விண்டுரைக்க மாட்டாத விந்தையடா! விந்தையடா!!
ஆசைக் கடலின் அமுதமடா! அற்புதத்தின் தேசமடா!
பெண்மை தான் தெய்விகமாம் காட்சியடா!
பெண்ணொருத்தி அங்கு நின்றாள்; பேருவகை கொண்டுதான்

**கண்ணெடுக்கா தென்னைக் கணப்போது நோக்கினாள்,
சற்றே தலை குனிந்தாள். சாமீ ! இவள் அழகை
எற்றே தமிழில் இசைத்திடுவேன் ?**

பாரதியாரின் கற்பனைப் படைப்பான *குயிற்பாட்டின்* இறுதிப் பகுதியில் வருவன இவ்வடிகள். குயில் தனது பழம்பிறப்பைக் கவிஞனுக்குக் கூறித் தன்பாற் காதல் புரியுமாறு கெஞ்சிக் கேட்கிறது; கவிஞன் கையில் வீழ்கிறது. அந்நிலையிலேயே உணர்ச்சிவசப்பட்ட கவிஞன் முத்தமிடுகிறான். பழவினையின் கட்டவிழ்ந்து குயிலி பெண் ஆகிறாள். திடீரென இவ்வாறு தோன்றிய ஆச்சரியக் காட்சியைக் கவிஞன் வருணிக்க முற்படும்போது தனது பேருவகையையும் கட்டுக்கடங்கா உணர்ச்சியையும் சொற்களுக்குள்ளே தேக்க முயலுவதைக் காணலாம். தன் கண்களை நம்பமுடியாத நிலையில், “விந்தையடா! விந்தையடா!!” என்று இரட்டித்துக் கூறுகிறான். இது கவிஞனது இயல்பிகந்த கிளர்ச்சியினை (excitement) அப்படியே காட்டிவிடுகிறது.

உதாரணமாக, இருவர் சண்டைபிடிக்கிறார்கள் என்று வைத்துக்கொள்வோம். ஒருவன் வலியன்; மற்றவன் பலவீனன். வலியன் தாறுமாறாக அடிக்கவும், மற்றவன், “ஐயோ, என்னைக் கொல்லுகிறான்; கொல்லுகிறான்; கொல்லுகிறான்!” என்று மீட்டும் மீட்டும் ஒரு சொல்லையே குளறுவதைக் கேட்கிறோம். அது இயல்பிகந்த கிளர்ச்சியின் விளைவாகும். அது போலவே, கண்டறியாதது ஒன்றைக் கண்ட கவிஞனும் “விந்தையடா! விந்தையடா!!” என்ற ஒலி ஒழுங்கிற் கூறுகிறான். அதைத் தொடர்ந்து தன் முன் உள்ள வியத்தகு காட்சியை விண்டுரைக்க முயன்று, ‘அமுதமடா! அற்புதத்தின் தேசமடா! தெய்விகமாம் காட்சியடா!” என்கிறான். ‘அடா, அடா’ எனறு மீண்டும் சொல் முடியும்போது தொடர்ந்து நிலைக்கும் உள்ளக்கிளாச்சி புலப்படுகிறது. பாட்டின் உணர்வு ஒலிநயத்தோடு இயைந்து ஒன்றுக்கொன்று ஆதாரமாக அமைந்துவிடுகின்றன. அதே நேரத்தில் மேற்கூறிய ஆச்சரிய வார்த்தைகள் ஒரு குறிப்பிட்ட ஒழுங்கிலேயே அமைந்துள்ளன. இங்கு வெண்டளை விரவிய கலிப்பாட்டின் யாப்பு வரையறைக்குள்ளேயே இந்த உள்ளக் கிளர்ச்சிநிலை புலப்படுத்தப்பட்டுள்ளது என்பதை மறந்துவிடல் ஆகாது. ஆனால், ஒலிநயத்தையும் யாப்பமைதியையும் ஒன்று எனக் கொண்டு மயங்குதல் கூடாது. யாப்பு என்பது ஒலிநயத்தின் ஒரு சிறு வெளிப்பாடே ஆகும். சீர், தளை, தொடை முதலிய வரையறுக்கப்பட்ட உறுப்புகளினால் ஆயது யாப்பு. சொற்களை ஒவ்வோர் ஓசை ஒழுங்கில் வைத்துக் கட்டுவதையே யாப்பு என்கிறோம். இது யாவருக்கும் பொதுவான ஒரு வரையறை. குறைந்தபட்ச ஒலிநய அமைப்பே இது என்று கூறுதல் வேண்டும்.

யாப்பிலே ஒலிநயம் வெளிப்படையாக அமைந்தது என்று கருத முடியாது. அதன் அடிப்படையில் ஓரளவு ஒலிநயம் இருக்கிறது; அவ்வளவுதான். அதனை வெளிக்கொணர்வதிலும் துலக்கிக் காட்டுவதிலுமே கவிஞனின் சிறப்பு உள்ளது.

2

பேசும் சொல்லின் அடியாக எழுந்து, அச்சொல்லோசையின் சகல சக்திகளையும் முற்றுமுழுவதாகப் பயன்படுத்துவது கவிதைக் கலை. அதனால், அக்கலையிலே சொல்லுக்கும் பொருளுக்கும் உள்ள உறவு எப்படிப்பட்டது என்று கவனிப்பது முக்கியமாகும். சொல்லோசையின் வசப்பட்டு, அதன் மயக்கிலே ஈடுபட்டு, சொல்லலங்கார விரிப்பிலே தம்மை இழந்துவிடும் புலவர்கள் ஒரு வகையினர். இவர்கள் எதுகைக்காகவும் மோனைக்காகவும் எதுவும் செய்வார்கள். தாம் சொல்ல நினைத்ததைச் சொல்லாமல் விடுத்து, வேறு எதையும் சொல்வதற்குக்கூட இவர்கள் தயங்க மாட்டார்கள். ஏனென்றால், எதுகையும் மோனையும் கருத்துறவை அடிப்படையாகக் கொண்ட தொடர்புகள் அல்ல; இவை தற்செயலாக நிகழும் உறவுகள்.

தற்செயலான ஓசை உறவு என்றால் என்ன? பலருக்கும் தெரிந்த ஒரு பாட்டின் வரிகளை எடுத்துப் பார்ப்போம்.

அழகன் முருகனிடம் ஆசை வைத்தேன் – அவன்
ஆலயத்தின் அன்பு மலர்ப் பூசை வைத்தேன்.

இந்த வரிகளில் மோனையும் உண்டு. எதுகையும் உண்டு. **அ**ழகன், **ஆ**சை, **அ**வன், **ஆ**லயம், **அ**ன்பு – இந்த ஐந்து சொற்களையும் எடுத்துப் பாருங்கள். அவை ‘ஆனாவிலே,’ அல்லது ‘ஆவன்னாவிலே’ தொடங்குகின்றன. இந்த விதமாக ஒரே எழுத்தில் அல்லது ஒரே இனத்தைச் சார்ந்த எழுத்துக்களுடன் தொடங்கும் சொற்களெல்லாம் மோனைச் சொற்கள் எனப்படுகின்றன. இச்சொற்களிடையே உள்ள ஓசை ஒற்றுமை தற்செயலான ஒற்றுமை. **அ**ழகன், **அ**டுப்பு என்ற சொற்களை எடுத்துக்கொள்வோம். இவையும் மோனைச் சொற்களே. இரண்டும் அகரத்துடன் ஆரம்பமாகின்றன; அது ஒன்றுதான் அவற்றுக்கிடையே உள்ள உறவு. **கா**டு, **க**ரப்பொத்தான், **க**ந்தன், **கா**மாளை, **க**யிறு – இவையெல்லாம் மோனைச் சொற்கள். இவற்றுக்கிடையே தற்செயலாய் அமைந்து கிடக்கும் ஓசை ஒற்றுமையைத் தவிர வேறு உறவு எதுவும் இல்லை. மொட்டைத் தலைக்கும் முழங்காலுக்குமிடையே உள்ள தொடர்பும்

அப்படித்தான். ஆம், **மொ**ட்டைத் தலையும் **மு**ழங்காலும் மோனைச் சொற்கள். நாம் பேசுகிற பேச்சிலே இப்படியான மோனைச்சொற்கள் அடிக்கடி அடிபடும். பழமொழிகளிலும் மோனைகள் வருவது உண்டு. "**க**ந்தையானாலும் **க**சக்கிக் **க**ட்டு", "**கூ**ழானாலும் **கு**ளித்துக் **கு**டி" என்றெல்லாம் பேசுகிறோம். இங்கே மோனை இருக்கிறது. அண்ணாத்துரையின் மேடைப் பேச்சுகளிலும் ரா.பி. சேதுப் பிள்ளையின் பேருரைகளிலும் மோனையழகு உண்டு.

முதலெழுத்து ஒற்றுமையே மோனை ஆகும். மோனை நிறைந்த பேச்சு கவிதை போல இருக்கும். "அழகன் அடுப்பை அடைந்தான்" என்று சொன்னால் அங்கே பாட்டுக்குரிய தன்மைகள் சில இருக்கின்றன. 'மோனை' என்ற பொருத்தம் இருக்கிறது; அகரங்கள் மூன்று இந்த வாக்கியத்திலே இருக்கின்றன. இவ்வகரங்கள் மேற்படி வாக்கியத்திலுள்ள சொற்களை ஒன்றாகத் தொடுக்கின்றன. அதனால், ஓர் இறுக்கமும் நெருக்கமும் உண்டாகின்றன. மோனைத் தொடை என்று இலக்கணம் படித்தவர்கள் இதைச் சொல்லுவார்கள்.

சரி, மோனை அழகுள்ள ஒரு வாக்கியத்தை நாம் அமைத்து விட்டோம். "அழகன் அடுப்பை அடைந்தான்" என்று கூறிவிட்டோம். இனி, அந்த வாக்கியத்தோடு வேறு ஒரு வாக்கியத்தை இணைத்துப் பார்ப்போம்.

> அழகன் அடுப்பை அடைந்தான்
> அதனை உடைக்க முயன்றான்

என்று சொல்லுவோம். இப்போது கவிதைக்கு உரியதாகிய யாப்பு மெல்ல மெல்ல வளர்ந்து வருவதைப் பார்க்கலாம். அழகன் – அதனை, அடுப்பை – உடைக்க, அடைந்தான் – முயன்றான்: இவையெல்லாம் ஒரே ஓசை அளவை உடைய சொற்கள். அதனால், அவற்றின் ஓசைக் கோலத்திலே ஓர் ஒழுங்கு இருக்கிறது. ஒரே வகை நிகழ்ச்சி திரும்பத் திரும்ப நிகழ்வதைத்தானே நாம் ஒழுங்கு என்று கூறுகிறோம்? இரவும் பகலும் மாறி மாறி வருகின்றன. அங்கே ஒழுங்கு இருக்கிறது. மாரியும் கோடையும் மாறி மாறி வரும்போது பருவகாலங்களின் இயக்கத்திலே நாம் ஓர் ஒழுங்கினைக் காணுகிறோம். "காலம் என்பது கறங்குபோற் சுழன்று, மேலது கீழாய், கீழது மேலாய், மாற்றிடும் தோற்றம்" என்று *மனோன்மணீயம்* கூறும். இங்கும் கால ஓட்டத்தின் ஒழுங்கினை நாம் உணர்கிறோம். கவிதையில் வரும் ஓசை நயமும் அப்படிப்பட்டதுதான். ஓசையளவிலே ஒத்தனவான சொற்கள் அல்லது சில சில சேர்க்கைகள் திரும்பத் திரும்ப வருகின்றன. அப்போது பாட்டிலே ஓசை பேசுகிறது.

அழகன் அடுப்பை அடைந்தான்
அதனை உடைக்க முயன்றான்

என்று சொற்களைச் சேர்க்குபோது ஓசை நயம் இருக்கிறது. இதே கருத்தை வேறு விதங்களிலும் கூறலாம். "அடுப்பை அடைத்தவராகிய திருவாளர் அழகன் என்பார் அதனை உடைப்பதற்கு முயல்வாராயினார்" என்றும் கூறலாம். அப்படிக் கூறும்போது முன்னைய ஓசை நயம் அங்கு இல்லாமற் போய்விடுகிறது. ஆகவே, ஓசை நயத்துக்கு மோனையும், ஓசையளவுக் கோலமும் அடிப்படையாக உள்ளன என்று கருதலாம்.

ஓசை அழகுக்கு உதவி செய்யும் மற்றுமோர் அம்சம்தான் எதுகை. எதுகை என்றால் என்ன? முன்பு நாம் எடுத்துக்கொண்ட பாட்டினையே இப்போதும் எடுத்து நோக்குவோம்.

அழகன் முருகனிடம் ஆசை வைத்தேன் – அவன்
ஆலயத்தில் அன்பு மலர்ப் பூசை வைத்தேன்.

ஆசை – பூசை என்ற சோடியைக் கவனியுங்கள். இந்தச் சோடியின் இரண்டாவது எழுத்துகள் 'சை – சை' என்று பொருந்துகின்றன. முதலாவது எழுத்துகளோ நீண்ட ஓசை உடையன. ஓசையில் வரும் 'ஓ'வும், பூசையில் வரும் 'பூ'வும் நீண்ட ஓசை உடையன. அவை நெடில்கள். இரண்டு சொற்களிலே முதலாவது எழுத்துகள் ஒத்த நீட்சியை உடையனவாக இருக்க, இரண்டாவது எழுத்து ஒரே எழுத்தாகப் பொருத்தம் பெற்று வருவதுதான் எதுகையாகும். இ**ச்**சை, ப**ச்**சை, க**ச்**சி, மி**ச்**சம்; கா**டு**, வீ**டு**, ஓ**டு**; க**ரை**, உ**ரை**, வ**ரை**, சி**ரை** – இந்த மாதிரி வருகின்றவை எல்லாம் எதுகைச் சொற்கள். தமிழ்ப் பாடலோசையின் கவர்ச்சிக்கு எதுகைச் சொற்களும் துணையாக நிற்கின்றன.

தூண்டிற் புழுவினைப் போல் – வெளியே
சுடர் விளக்கினைப்போல்
நீண்ட பொழுதாக – எனது
நெஞ்சம் துடித்ததடீ.

இந்தப் பாட்டிலே **தூ**ண்டில் – **நீ**ண்ட ஆகிய இரண்டும் எதுகை சொற்கள். ஏனென்றால், 'தூ', 'நீ' யென்ற முதலெழுத்து நெடிய ஓசை உடையன. அத்துடன் இரண்டு சொல்லிலும் இரண்டாம் எழுத்து 'ண்' தான். அதோடு கூட, புழுவினை – பொழுதாக என்ற சோடியிலும் இரண்டாம் எழுத்து ழுகரமாக இருக்கிறது. இந்தச் சோடியும் எதுகைச் சோடி தான்.

இப்படி எதுகையும் மோனையும், ஓசை அளவுக்கோலமும் உள்ளதையே நாம் பாட்டு என்று கூறுகிறோம். பாட்டுக்கு

உரிய வடிவம் யாப்பு என்று முன்பே கண்டோம். ஆனால், ஒரு சொற்கூட்டத்திலே யாப்பு மட்டும் இருந்துவிட்டால், அது கவிதையாகிவிடாது.

பச்சைக் கிளி பாகற் செடி பன்னாடையின் கூந்தல்
கைச்சற் கொடி காவற்படை கண்ணாடியின் லாம்பு
மிச்சப் பழி மேனிக்கொதி விண்ணோர்களின் வீம்பு
எச்சிற் கறி ஈரப்பசை எல்லாம் ஒரு கூம்பு.

இப்படி ஒரு சிறுவன் சொற்களைக் கூட்டிப் பாடுகிறான் என்று வைத்துக்கொள்வோம். இங்கே கவிதை இருக்கிறதா? இல்லை. ஏன்? எதுகையும் மோனையும் இருக்கின்றன. ஓசை ஒழுங்கும் இருக்கிறது. யாப்பிலக்கணத்தின் தேவைகள் எல்லாமே பூர்த்தியாக்கப்பட்டுள்ளன. ஆனால், இங்கே கவிதை இல்லை. ஏன்? இங்குத் தரப்பட்ட சொற்கூட்டம் கருத்தற்ற உளறலாக இருக்கிறது. இச்சொற் கூட்டத்தைக் கோத்துக் காட்டியவன் எதையும் நமக்கு உணர்த்தவில்லை. ஓசையின் போக்கில் இழுபட்டு, வாயில் வந்தவை எல்லா்வற்றையும் சொல்லிக்கொண்டுபோகிறான். அவனது பேச்சுக்கு எவ்வித நோக்கும் இல்லை.

3

தரமுயர்ந்த கவிதைக்கு ஒரு நோக்கம் இருக்கும். அந்த நோக்கமே அதன் உயிர். மேலே நாம் தந்த உதாரணம் – பச்சைக் கிளி என்ற பாட்டு – வேண்டுமென்றே இயற்றப்பட்ட உளறல். ஆனால், ஓசை நயத்தின் அலங்காரத்தில் இழுபட்டு, சொல்ல வந்ததைச் சரியாகச் சொல்லி முடிப்பதிலே தடுமாற்றம் காணும் சில புலவர்களும் உண்டு. இப்படியான புலவர்களின் சொல்லலங்காரக் கவிதைகளில் அளவுக்கதிகமான எதுகைகளும் மோனைகளும் இருக்கும். ஓசைக் கோலங்களிலும் அச்சுகளில் வார்த்து எடுக்கப்பட்டவை போல ஓர் எந்திரப் போக்கு இருக்கும். இந்தக் கவிதையைப் பாருங்கள்:

சந்தனத் தென்மலை
வந்தாடும் தென்றலில்
சந்தக் கவி தொடுப்போம் – அதன்
கொந்தலர் பூங்குழல்
தந்திடும் ஆணைக்கே
கூற்றை மடக்கிடுவோம் – வினை
தூற்றி ஒடுக்கிடுவோம்.

எத்தனை எதுகைகள் இருக்கின்றன? எத்தனை மோனைகள் இருக்கின்றன? சந்தனம் – வந்தாடும், சந்தம் – சிந்து, கொந்தலர் – தந்திடும், கூற்றை – தூற்றி, தொடுப்போம் – மடுப்போம், மடக்கிடுவோம் – ஒடுக்கிடுவோம். இவ்வாறு வருவன எல்லாம்

எதுகைகள். மோனைகளும் மிகப்பல. அடியளவுகளிலும் மிகவும் நுட்பமான ஒழுங்கும் கோலமும் உண்டு. இருந்தும் என்ன? ஒரு தெள்ளத்தெளிவான மன ஓவியத்தைத் தீட்டிக் காட்ட இந்தக் கவிதையால் இயலவில்லை. இதற்குக் காரணம் என்ன? 'சந்தக் கவி தொடுப்போம்' என்று சொல்லும்போது நாம் ஒரு பூமாலையை நினைத்துப் பார்க்கிறோம். சந்தக் கவியை ஒரு பூமாலையாகக் கருதிக்கொள்கிறோம். பின்னர் அடுத்த வரியிலே 'சிந்துச் சுவை மடுப்போம்' என்று வருகிறது. மடுப்போம் என்ற சொல் ஏதோ ஒரு பானத்தை நமக்கு நினைவூட்டுகிறது. பூமாலையை மறந்துவிட்டு, தேனை அல்லது பாலை நாம் நினைத்துக்கொள்கிறோம். அப்படியே, 'கூற்றை மடக்கிடுவோம்' என்ற சொற்கள் எழுப்பும் கற்பனைச் சித்திரத்தை, 'தூற்றி ஒடுக்கிடுவோம்' என்ற சொற்கள் வந்து குலைத்துவிடுகின்றன. இவ்வாறு உணர்வு மூட்டுதல் என்ற கவிஞரின் பணி சாண் ஏற, முழம் சறுக்கும் கதையாகத் தோல்வி கண்டுவிடுகிறது. எதுகைகளையும் மோனைகளையும் தேடி மாயும் கவிஞர்களுடைய ஓசைமாயப் பாட்டு இப்படித்தான் இருக்கும்.

தரமான கவிதையை எழுதும் உயர்ந்த புலவர்கள் – மேம்பட்ட கவிஞர்கள் – இவ்வாறு ஓசையின் வயப்பட்டு உயிரை விடமாட்டார்கள்.

ஒரு பொழுதும் வாழ்வதறியார் கருதுப
கோடியும் அல்ல பல.

இது ஒரு குறள் வெண்பா. வெண்பா அடிகளின் ஆரம்பத்திலே எதுகையை அமைப்பது வழக்கம். ஒரு பொழுதும் – அறியார்; கோடியும் – பல ஆகிய சோடிகளில் மோனை இருந்தால் இந்தப் பாட்டு ஓசைச் சிறப்பு உள்ளது என்று புலவர்களாற் கொண்டாடப்படும். ஆனால், வள்ளுவர் அப்படி அமைப்பதை விரும்பவில்லை. முதலாம் அடியின் இறுதியிலே கொண்டுபோய் எதுகைத் தொடையை அமைத்தார். வழக்கமான ஓசைச் சிறப்புக்காக, தாம் சொல்ல வந்ததை மாற்றிக்கொள்வது அவருக்கு உடன்பாடன்று. தம் கருத்தின் வலிமையாலே பாட்டின் ஓசைக்கு மிடுக்கும் மேம்பாடும் வாய்க்கும் என்ற நம்பிக்கை அவருக்கு இருந்தது. பொருட் பொருத்தத்துக்கு அடுத்ததாகத்தான் சொல்லோசை அழகு வருதல் வேண்டும் என்பது அவருடைய கோட்பாடு.

பாரதிதாசனிலும் இவ்வித மிடுக்கை நாம் காணலாம்.

தாயெழில் தமிழை, என்றன்
தமிழரின் கவிதை தன்னை
ஆயிரம் மொழியிற் காண
இப்புவி அவாவிற் றென்ற

தோயுறும் மதுவின் ஆறு
    தொடர்ந்தென்றன் செவியில் வந்து
பாயு நாள் எந்த நாளோ ?
    ஆர் இதைப் பகர்வார் இங்கே.

இப்பாட்டிலும் வழக்கமான இடங்களில் மோனையைக் கவிஞர் அமைக்கவில்லை. அப்படி அமைப்பதுகூட அப்படி ஒன்றும் பிரமாதமான காரியம் அன்று.

ஆயிரம் மொழியிற் காண
    அவனியே அவாவிற் றென்றே

என்று மாற்றியிருக்கலாம். அதே போல் கடைசி அடியைப் பின்வருமாறு மாற்றலாம்:

பாயு நாள் எந்த நாளோ
    பகருவார் யாரோ, இங்கே ?

இந்த விதமாக மாற்றியிருந்தால் புலவர்கள் பாராட்டும் சொல்லலங்கார ஓசைச் சிறப்பு, பாரதிதாசன் பாட்டுக்கும் வாய்த்திருக்கும். அவர் அவ்வாறு செய்ய விரும்பவில்லை. ஏன்? சொல்லோசைச் சிறப்பெல்லாம் பொருளோட்ட உயிர்ப்புக்கு அடுத்த படியில் உள்ளவைதாம். உணர்வோட்ட வலிமையைவிடத் தாழ்ந்த படியில் இருப்பதுதான் சொல்லலங்காரம். இந்தத் தெளிவு பாரதிதாசனுக்கு உண்டு. அதனால், அவருடைய கவிதைகளில் நசியல் மசியல் இல்லாத கம்பீரம் இருக்கிறது. கம்பனின் முத்திரையே இந்தக் கம்பீரம்தான். பொருளோட்டமும் உணர்வோட்டமுமே உயர்ந்த கவிதைகளில் ஆட்சி நடத்திக் கொண்டிருக்கும். சொற்களெல்லாம் பொருளின் அடிமைகள் தாம். அதனாலேதான் போலும் மக்கள் கவிஞன் ஒருவன் இதே கருத்தைப் பின்வருமாறு கூறினான்:

> எதுகைக்கும் மோனைக்குமாகச் சொல்ல வந்த கருத்தைச் சொல்லாது விடுகிறவன் சரஸ்வதியின் முகத்தைக் கரித் துணியால் மூடுகிறான்.

படப்பாட்டுப் பண்பாட்டுவழி வரும் சனரஞ்சகக் கவிமரபு, கரித்துணிக்காரர்கள் பலரை உற்பத்தி செய்து வருகிறது. சுவைஞர்கள் விழிப்பாக இருத்தல் வேண்டும்.

4

ஒலிநயத்துக்கு மிகையான அழுத்தம் கொடுத்து, அது காரணமாகத் தம் கவிதைப் படைப்பின் தரத்தைக் குறைத்துக்கொள்வோர் ஒரு புறமிருக்க, ஒலிநயத்தின் அடிப்படை அம்சங்களைக்கூட

விளங்கிக்கொள்ள முடியாத வசனகவிதைக் கூட்டம் ஒன்று மறுபுறத்தில் உள்ளது. இக்கூட்டத்தாரைப் பற்றி இனிச் சிறிது கவனிப்போம்.

ஒலிநயம் கவிதையின் உடன் பிறவி; ஒலி இன்றி அமையாதது. கவிதை யாப்பு வெவ்வேறு வரையறைகளாதலின் வேறுபாடும் விகற்பமும் நிறைந்தது. இதனைத் தவறாக விளங்கிக்கொண்ட மேற்படி கூட்டத்தார் யாப்பு ஒழுங்கு எதுவும் அற்ற வசன கவிதை அல்லது புதுக்கவிதையைத் தாம் படைப்பதாகக் கூறிக் கொள்வர். ஆனால், கவிதைக்கு ஒலிநயமும், அதன் வெளிப்பாடான யாப்பமைதியும் வெவ்வேறு வடிவில் இன்றியமையாதன என்று கண்டோம். எனவே, வசன கவிதை என்பது சொல் முரண் ஆவது ஒருபுறமிருக்க, அதிலே கவிதையின் தலையாய பண்பு குறைவுபட்டுள்ளதால் அதனைக் கவிதை என்று கூறுதல் பொருந்தாது.

> சுடரை வெறிக்க முடியாமல்
> முகத்தை வளைத்துக் கொண்டேன்.
> அனாதைப் பிணமாய், நிழல்
> நீட்டிக் கிடந்தது.
> நானா அது
> என்னை மண்ணிலிட்ட
> கார்ட்டூனோ?

இதில் ஒலிநயமும் இல்லை; யாப்பும் இல்லை. உண்மையில் வசனமே முறிந்து கிடக்கிறது. வசன கவிதை என்று கூறிக்கொண்டு எழுதுபவர்கள் குறியதும் நெடியதுமாகச் சொற்றொடர்களை அச்சிடுவதனால் யாப்புப் போன்ற ஒரு மயக்கத்தை உண்டுபண்ணுகின்றனர். அந்த அளவிற்கு, மிக மேலோட்டமான ஒரு வகையிலே அவர்களும் யாப்பின் புறவடிவத்தின் அத்தியாவசியத்தை, அச்சிட்ட வரிவடிவ உருவ ரீதியிலாயினும் உணருகின்றனர் எனலாம். உணர்விற்கு முதலிடம் கொடுப்பதாக வசன கவிதை எழுதுவோர் கூறிக்கொள்வர். ஆயினும், உயர் கவிதையில் உணர்வும் ஒலிநயமும் பிரிக்கமுடியாதபடி பின்னிப் பிணைந்துள்ளன. ஆதலின், அவர் வாதம் வலுவற்றுப் போகிறது. சற்று ஊன்றி ஆராய்ந்து பார்த்தால் தமிழ்ச் சொல்லோசைக்கு அடிப்படையாகவுள்ள குறில், நெடில் வேறுபாடுகளையும், அவற்றின் அடியாக எழும் நேர், நிரைப் பாகுபாடுகளையும்கூட உள்ளபடி ஓர்ந்துகொள்ள இயலாத நிலையில், சொல்லோசை நுட்பத்தின் ஆரம்ப அம்சங்களைக்கூட விளங்கிக்கொள்ள இயலாத இவ் வசன கவிதைக்காரர்கள் தம் இயலாமைக்கு ஒரு திரையாகப் பல்வேறு கவிதைக் கொள்கைகளை இட்டுக் கட்டிப் பேசிக்கொள்கிறார்கள். இவர்கள் பிரதானமாக

வற்புறுத்தும் உணர்ச்சிகூட, போதிய ஒலிநயத்தினால் வலுவூட்டப் பெறாமையால் எவ்வாறு புசுபுசுத்துப் போகிறது என்பதை உதாரண விளக்க மூலம் பார்ப்போம்.

நவீன உலகத்தில் அழிவுச் சக்தி நிரம்பிய வெடிகுண்டுகளும், நச்சு வாயுக்களும் ஏவாயுதங்களும் மலிந்து அழிவை அதிகரித்து வருகின்றன. விஞ்ஞானத்தின் ஓர் அம்சமான அழிவுச்சக்தி பலரை மனம் நோகச் செய்துள்ளது. இந்தப் பின்னணியில் அமைந்தது ஒரு பிரசித்தமான கவிதை.

சூலம் எழுந்தது
அண்டம் அதிர்ந்தது
உலகெங்கும் கூடாரம்
ஊரெங்கும் விஷப்புகை
வானெங்கும் எஃகிறகு
தெருவெங்கும் பிணமலை
கேட்டதொரு வேறு குரல்.

நவீனகாலப் போரில் விமானத் தாக்குதலினாலும் வெடிகுண்டினாலும் விஷப்புகையினாலும் மக்கள் மடிவது இவ்வசன கவிதையின் உணர்வு அல்லது பொருள். ஆயின், இவ்வுணர்வு அழுத்தம் பெறாது அரைகுறையாகக் காணப்படுகிறது. ஏறத்தாழ இத்தகைய ஒரு மனோநிலையினையே ஒலிநயத்துடன் பாடுகிறார் இன்னொரு புலவர்.

மகத்தான பகைப்படைகள் மண்ணோடு
மண்ணாக மாய்ந்து போகப்
புகைப்படலம் மூடிற்று; புவி மூச்சுத்
திணறிற்று, பொசுங்கிச் சாம்பி.

சீறிய புகைச்சலொடு சென்ற வெடிகுண்டு
நூறு மைல் பீறிட நுழைந்ததும் வெகுண்டு
கூறு படு மாநிலம் குழிந்தது; பிதிர்ந்து
நீறு படல் ஆகியது நீதி நெறி சாக.

நெடும்பகல் என்ற கதைப்பாடலில் மேற்கண்ட கவிதை வருகிறது. விருத்த யாப்பைப் பயன்படுத்தி நவீன விஞ்ஞானம் சார்ந்த கருத்துணர்வைக் கூறமுடியும் என்பதைக் காட்டியுள்ளார் இப்பாடலை ஆக்கியவர்.

கூறு படு மாநிலம் குழிந்தது; பிதிர்ந்து
நீறு படல் ஆகியது நீதி நெறி சாக

என்னும்பொழுது ஒலிநயமானது அவல உணர்வைத் துல்லியமாக்குகிறது. முதலாவது பாட்டிலே உணர்வானது உரிய வடிவமும் போதுமளவு கட்டுக்கோப்பும் பெறாது மூளியாகக் கிடக்கிறது. எனவே, நெஞ்சில் ஊன்றி நிலைக்கவில்லை.

பின்னதில், 'கூறுபடு மாநிலம், நீறுபடலாகியது' என்று எதுகை விழும்பொழுது உணர்வு அழுத்தம் பெற்று நெஞ்சைப் பிணிக்கிறது. ஆங்கிலக் கவி போப் ஒரு சந்தர்ப்பத்திற் கூறினார்: "ஒலிநயமானது கவிதைப் பொருளின் எதிரொலி போன்று இருத்தல் வேண்டும்" என்று. அழிவுச் சாதனங்களால் அகிலம் நாசமுறுகிறது என்னும் பொருள் இங்கு எதிரொலி போன்று அமைந்துள்ளது,

**மாநிலம் குழிந்தது; பிதிர்ந்து
நீறுபடலாகியது, நீதி நெறி சாக**

என்ற சொற்களில்.

இது காரணமாகவே நல்ல கவிதையை உரத்துப் படிக்கும் போதே அதன் ஒலிநயத்தைக் கொண்டு ஓரளவு தீர்மானித்து விடலாம் – இனம் கண்டுகொள்ளலாம் – என்று சில திறனாய்வாளர் கூறுவர்.

இத்தகைய அடிப்படையான கருத்தையே எமது இடைக்கால உரை ஆசிரியருள் ஒருவரும், திறனாய்வு ஆற்றல் சிறந்து வாய்க்கப் பெற்றிருந்தவருமான பேராசிரியர் *செய்யுளியலிற்* பின்வருமாறு கூறியுள்ளார்:

பா என்பது சேட்புலத்திருந்த காலத்தும் எழுத்தும் சொல்லும் தெரியாமல் பாடம் ஓதுங்கால், அவன் சொல்லுகிற செய்யுளை விகற்பித்து இன்ன செய்யுள் என்று உணர்தற் கேதுவாகிய பரந்துபட்டுச் செல்வதோர் ஓசை.

இப்படி அவர் விளக்கம் கூறினார். வண்ணம், சந்தம் முதலியனவும் பாவிற் காணப்படும் ஒலி நயங்களே. இவையிரண்டும் குறைந்தபட்ச ஒலிநயத்தினும் மேலாக மேம்பட்டு நிற்கும் சில அதிகப்படியான ஒழுங்குக் கிரமங்களை உடையன. அந்த வகையிலே கவிதையின் உணர்ச்சியும் பொருளும் போதுமளவு ஈடுகொடுத்து நிற்காத சமயங்களில் இவை கவியைத் தெவிட்டச் செய்து தரங்குறைத்து விடுகின்றன என்று நுட்பமான விமரிசகர்கள் சுட்டிக்காட்டுவர்.

இவற்றையெல்லாம் உற்று நோக்கும்பொழுது தற்காலத் திறனாய்வாளர் ஒருவர் சுருக்கமாகக் கூறியுள்ளது போல,

அச்சிட்ட காகிதத்திலுள்ள சொற்கோவை கவிதை ஆகாது. உரக்கப் படிக்கும்போது கேட்கும் ஓசை அமைதியே பா எனப்படும்.

~~

5

சொல்வளம்

1

இதற்கு முந்தைய நான்கு அதிகாரங்களிலும் பொதுவாகக் கவிதை பற்றியும், உவமையுருவகங்கள் பற்றியும், கற்பனை, ஒலிநயம் ஆகியன பற்றியும் சிற்சில குறிப்புகள் கூறினோம். இவை யாவும் கவிதையின் முக்கிய உறுப்புகள். எனவே, கவிதையைத் திறனாய்வு செய்வதற்கும் சுவைத்து இன்புறுவதற்கும் இவற்றைப் பற்றிய அறிவு இன்றியமையாதது. இவை யாவும் சொற்களின் பயன்பாட்டினாற் புலப்படும் அம்சங்களாம். பொருளாற்றலும் ஒலியாற்றலும் பொருந்தப்பெற்ற சொற்களே கவிதையின் உயிர்க்கருவியாக அமைந்துள்ளன. கவிதையிலே சொற்கள் பொருந்துமாற்றையே சொல்வளம் – *diction* – என்று கூறுகிறோம். சொல்வளத்தின் அடிப்படையிலேயே கவிஞர்களிடையே தரவேறுபாடும் காணக்கூடியனவாக உள்ளன.

வாழும் மொழி ஒன்றிலே சொற்கள் குப்பையாகக் கிடக்கின்றன. காலப்போக்கிலே பெருகிவந்த சொற்கள், பிற மொழிகளினின்றும் வந்து புகுந்த சொற்கள் முதலியன ஒன்றாகிக் கிடக்கின்றன. எமது மொழியிலுள்ள பழைய அகராதிகள் போன்ற நிகண்டுகளில் இச்சொற் பெருக்கத்தைக் காணலாம். ஒரு பொருள் குறித்த பல சொற்களும்,

பல பொருள் குறிக்கும் ஒரு சொல்லும் என்று சொற்கள் பல்லாயிரக் கணக்கில் உள. இவ்வாறு பரந்து கலந்து கிடக்கும் சொற்குப்பையே கவிதையின் மூலப்பொருளாகும். மேனாட்டுத் திறனாய்வாளர் ஒருவர், "மொழி என்பது நிலத்தைப் போல – அதாவது மண்ணைப் போல" என்றார். எவ்வளவுதான் வளமான நிலமாயினும் மண் அரிப்பாலும் பிற ஏதுக்களாலும் அழிவுண்டாகிறது. பயன்பாட்டின் மூலமாகவும் அதன் வளம் குன்றுகிறது. ஆகவே, வளமான நிலம் வரண்டு பயனற்ற தரிசு நிலமாக மாறாதிருக்க வேண்டுமாயின் அடிக்கடி புத்துரம் அளிக்கப்படல் வேண்டும். அதுபோலவே மொழியும். மொழியைப் பேணிப் புத்துயிர் அளித்து என்றும் சக்தியுள்ளதாக்குவது கவிதை. ஒவ்வொரு காலத்திலும் தோன்றும் கவிஞர்கள் தமது காலத்துக்கேற்ற வகையில் மொழியைக் கையாண்டு அதனை முன்னிழுத்துச் செல்கின்றனர். இந்நோக்கிலே பார்க்கும்போது கவிதையின் தரமானது, தோன்றி, வளர்ந்து, முதுமை எய்தி, மறையும் சொல்லாக்கங்களினதும் சொல்வளத்தினதும் கதையே ஆகும். சொற்களின் இரகசியத்தைக் கண்டறிவதிலேயே பல கவிஞர்கள் தமது வாழ்நாளைக் கழித்துள்ளனர். இது பற்றியே கவிஞனின் இலட்சிய வேட்கை பின்வருமாறு பேசப்படுகிறது:

வார்த்தைகளின் உயிர்நிலையின்
மருமத்தைக் காண்பதற்கென்
வாழ்நாளைக் கொடுப்பதென
வாக்களித்து விட்டமையால்,
கூர்த்த கொழு நிலம் கீண்டு
கொழும் பயிரை விளைப்பது போல்
குறைகளினை உழுதகற்றி
நிறை பயிரை விளைவிப்பேன்.

சொல்வளம் என்றதும் முக்கியமான ஒரு பிரச்சினை தோன்றுகிறது. சமீப காலம் வரை கவிதைகளிலே சொல்வளம் என்றால் சிற்சில குறிப்பிட்ட சொற்களே கவித்துவம் உடையனவாகக் கருதப்பட்டு – இலக்கியச் சொற்கள் எனக் கொள்ளப்பட்டு – பயன்படுத்தப்பட்டுவந்தன. மதிமுகமும், பவளச் செவ்வாயும், துடியிடையும், பால் நிலவும், தண்டமிழும், இன்சுவையும் – இவை போன்றன சிலவுமே கவிதைக் கேற்றனவாகக் கற்றோராற் கருதப்பட்டன. பெருங்கவிஞர் தத்தம் காலத்தில் இத்தகைய குறுகிய கட்டுப்பாட்டுக்குள் நின்று கவி பாடியவர் அல்லர். ஆயினும், கவிதைக் கலையைக் கற்பித்து வந்தோரிடத்து, சொல்வளத்தைப் பற்றிய கருத்துப் பெரும்பாலும் திட்டவட்டமாக வரையறுக்கப்பட்டே இருந்தது; இப்போதும் இலக்கியச் சொற்கள் பற்றி அவ்வாறான கருத்துக்கொண்ட ஆசிரியர்களும்

புலவர்களும் உள்ளனர். ஆனால், இந்த நூற்றாண்டில் இவ்வாறான இலக்கியச் சொற்கொள்கை பெரிதும் ஆட்டம் கண்டுவிட்டது. இம்மாற்றத்தைக் கொணர்வதில் சுப்பிரமணிய பாரதியார் பெரும்பங்கு கொண்டிருந்தார். ஓர் இடத்தில் அவர் பாடுகிறார்,

சுவை புதிது, பொருள் புதிது, வளம் புதிது
சொற் புதிது, சோதி மிக்க
நவகவிதை எந்நாளும் அழியாத
மகாகவிதை . . .

என்று. சாதாரண மக்கள் சொற்களைக் கொண்டு ஒருவருடன் ஒருவர் சமூக உறவு கொள்வதுபோலவே கவிஞனும் தனது கருத்தையும் உணர்வையும் சொற்களினாலேயே புலப்படுத்துகிறான்; செய்யுளைத் துணைக்கொண்டு பிறருடன் உரையாடுகிறான். உயர் கவிகளுக்குரிய ஓர் இலக்கணம் இது. இவ்வாறு சொற்களைப் பலரும் பன்னெடுங் காலமாகப் பயன்படுத்திவருவதால் பயிற்சியும் வழக்கும் காரணமாக அவற்றுக்கு நிறைந்த ஆற்றல் உண்டு. அதைப் போலவே பொருளாற்றல் தேய்வதும் உண்டு. பல காலமாகக் கைமாறிப் புழக்கத்தில் உள்ள நாணயம் தேய்வதுபோல் சொற்களின் வலிமையும் குன்றுவது உண்டு. இனி, சொற்களுக்குப் பொதுவான உணர்வும் கருத்தும் இருப்பது போலவே தனிப்பட்ட ஒருவரைப் பொறுத்தவரையிலே சில சில சொற்களுக்குச் சிறப்பான வேகமும் மிகுதியான பொருட்பேறும் உண்டு. புலனுணர்வு சம்பந்தமானது அது. இவை யாவற்றையும் திரட்டிக் கூறுவன போல அமைந்துள்ளன ரி.எஸ். எலியற் என்ற நவீன ஆங்கிலக் கவிஞரின் வார்த்தைகள்.

சொற்கள் வழுக்குகின்றன; நழுவுகின்றன; மடிகின்றன; கூர்மையின்மையாற் பழுதடைகின்றன; ஓரிடத்தில் நில்லாதுள்ளன; சும்மாவும் இருக்க மாட்டா.

இவ்வளவு தொல்லைகள் இருப்பினும் சொல்லைக் கனிவித்துப் பிசைந்து அமுதம் படைக்க முயல்கிறான் கவிஞன். தாறுமாறாகக் கிடக்கும் சொற்களைச் செப்பம்செய்து வளமாக்கி, கவிதையொன்றை அமைத்து எம்முடன் உரையாடுகிறான். ஒவ்வொரு புலவனுக்கும் அமைந்துள்ள அடிநாதமான சொல்வளத்தை இனங்கண்டுகொள்வது கவிதை நயத்தலுக்கு அத்தியாவசியமாகும். உரைநடையில் நடை – பாணி – ஆங்கிலத்தில் *style* – என்பது போல் கவிதையிற் சொல்வளமே வேறுபடுத்திக்காட்டும் முத்திரையாகவுள்ளது. கம்பன் தமிழ் என்றும் வள்ளுவன் தமிழ் என்றும்கூடச் சிலர் வேறுபிரித்துக் கொண்டாடுவர். கம்பன் கவிதைகளைப் படிக்கப்படிக்க அவனது

சொற்பிரயோகத்தின் தன்மையும் மருமமும் புலனாகும். தேசிக விநாயகம் பிள்ளையிலே கனிவும் மென்மையும், பாரதிதாசனில் வேகமும் ஆவேசமும் காணப்படுகின்றன என்கிறோம். இதற்கு அடிப்படையே அவரவர் சொல்வளம்தான்.

கொலை வாளினை எடடா – மிகு
கொடியோர் செயல் அறவே.

என்பது பாரதிதாசன் வாக்கு.

ஏழை என்றொருவன் – உலகில்
இருக்கல் ஆகாதையா!

என்பது தேசிகவிநாயகம் பிள்ளை வாக்கு.

இல்லை என்ற கொடுமை உலகில்
இல்லை யாக வைப்பேன்

என்பது பாரதி வாக்கு. இம்மூன்று கவிக்கூற்றுகளிலுமுள்ள வேறுபாடுகள் கவனிக்கத்தக்கன. “கொலை வாளினை எடடா” என்னும் பாரதிதாசன் வாக்கில் ‘எடடா’ என்ற சொல் பெறும் ஆவேச அழுத்தமும் வன்மையும் தூண்டுதலும் வெளிப்படை. “இருட்டறையில் உள்ளதடா உலகம்” என்பது போன்ற ஆசிரியரின் பிற கூற்றுகளும் எமக்கு நினைவுக்கு வரக்கூடும். அதைப் போலவே கொலை, வாள் என்பனவும் கொடுமை, வெம்மை, வேகம் ஆகியவற்றைக் குறித்து நிற்கின்றன. கொடியோர், தீயோர் என்ற இரண்டு சொற்களுக்கும் பொருள் ஒன்றே. ஆயின், இவ்விடத்தில் மிகு தீயோர் என்பதினும் மிகு கொடியோர் என்பதே பொருத்தமாகவும் கொடுமையை வெளிப்படையாகப் புலப்படுத்துவதாகவும் உள்ளது. இத்தகைய சொல்ஆட்சி கவிஞனின் அகவுலகைக் காட்டுவதோடு அவனது சொல்வளத்தின் தன்மைக்கும் எடுத்துக்காட்டாக விளங்குகிறது. ‘எடடா’ என்ற பாரதிதாசனின் பிரயோகத்துக்கு மறு துருவத்தில் உள்ளது “இருக்கலாகாதையா” என்ற தே.வி.யின் தொடர். “ஐயா” என்பதிலுள்ள மனக் கசிவு, இரக்கம், வேண்டுகோள், பொறுமை ஆகியன கவனிக்கத்தக்கன. விநயமாக விண்ணப்பிக்கும் மனோபாவத்தை இது காட்டுகிறது.

பாடு படுபவர்க்கே – இந்தப்
பாரிடம் சொந்தமையா

என்பது போன்ற இக்கவிஞரின் பிற அடிகள் எமது நினைவுக்கு வராமற் போகா. அமைதியான முறையிலே சமுதாயச் சீர்திருத்தத்தைக் கோரும் மென்மையான உள்ளம் சொல்வளத்தின் தன்மையினாற் புலப்படுகிறது.

"இல்லையாக வைப்பேன்" என்ற பாரதி வாக்கில் உறுதி, அசாதாரண தன்னம்பிக்கை, திட சங்கற்பம், துணிவு ஆகியன பொதிந்து கிடக்கின்றன.

துன்பமே இயற்கை என்னும்
சொல்லை மறந்திடுவோம்
இன்பமே வேண்டி நிற்போம்

என்று அவர் பாடிய பிற அடிகள் இம்மனோபாவத்துக்கு ஏற்றவையாகவே அமைந்துள்ளன.

இனியொரு விதி செய்வோம் – அதை
எந்த நாளும் காப்போம்

என்றும் அசைக்க முடியாத நம்பிக்கையுடன் அவர் குரல் கொடுக்கிறார். வைப்பேன், நிற்போம், செய்வோம், காப்போம் ஆகிய சொற்களில் எதுவித ஐயமும் அற்ற நெஞ்சுரமும் உறுதிப்பாடும் புலப்படுகின்றன அல்லவா? 'எடடா' என்ற பாரதிதாசனின் சொல்லில் சமூகத்தை ஏவும் தொனியும், 'ஐயா' என்ற தேவியின் குரலில் இரங்கிக் கேட்கும் தொனியும், 'செய்வோம்' என்ற சொல்லில் சமூகத்துடன் ஐக்கியப்பட்டு நிற்கும் ஒருமைப்பாட்டுத் தொனியும் கேட்கின்றன. இவை அவ்வக்கவிஞரின் ஆன்ம பக்குவத்தின் பிரதிபலிப்பு என்பதில் எள்ளளவும் ஐயமில்லை.

உயர் கவிதைகளில் சொற்கள் கேவலம் அரூபமான கருத்துச் சாயைகளை மட்டும் குறித்து நிற்பன அல்ல. கவிதையிலே பயிலும் சொற்கள் உரைநடையில் வருவனவற்றைவிட ஆற்றல் மிக்கவை. கவிதையிலேதான் சொற்கள் பூரணத்துவத்தை அடைந்துள்ளன என்பர். அதற்கேற்ற செயற்பாடும் இருத்தல் அவசியமல்லவா? கவித்துவம் சிறப்படையச் சிறப்படையச் சொற்களின் செறிவும் இறுக்கமும் அதிகரிக்கின்றன.

2

செறிவும் இறுக்கமும் அதிகரிக்க அங்குச் சில சமயங்களில் ஒருவகையான கடினத்தன்மையும் தோன்றுகிறது. உயர்ந்த கவிதைகள் சில கடினமாக உள்ளமையைக் கண்ட சிலர் அதுவே கவிதையின் முதலும் முடிவுமான தனியொரு பண்பு என்று தவறாக நினைத்துக்கொள்கின்றனர். இப்பிழைபட்ட விளக்கம் விபரீதமான விளைவுகள் சிலவற்றுக்குக் காலாகிவிடுகிறது.

இவ்விளைவுகளுள் ஒன்று பழந்தமிழ்ச் சொற்கள் மட்டுமே இலக்கியத் தரம் வாய்ந்தவை என்ற கருத்து. *பத்துப்பாட்டிலும்*

எட்டுத் தொகையிலும் இடம்பெறாத சொற்கள் எல்லாம் இலக்கியத் தரம் குன்றியவை என்று நினைப்பவர்கள் இன்றும் எம்மிடையே உண்டு. அவ்வாறு நினைக்கும் ஒரு புலவர் இந்த இருபதாம் நூற்றாண்டில் எழுதிய ஒரு செய்யுளைப் பாருங்கள்:

தற்புனை வென்றா வெக்கழுத் தம்மே
தற்சிறப் பென்றா தகைவில் சினனொடு
கடுஞ்சொற் கல்வி கல்லாமை
யிடும்பை வம்ப ருடைமையர்க் கெழுமே.

இது பகவத்கீதையின் ஒரு தமிழாக்கத்தில் வரும் ஒரு செய்யுள். இதே பகுதியைச் சுப்பிரமணிய பாரதியாரும் தமிழாக்கியிருக்கிறார். அதனையும் பாருங்கள்:

டம்பம், இறுமாப்பு, கர்வம், சினம், அஞ்ஞானம் – இவை அசுர சம்பத்தை எய்தியவனிடம் காணப்படுகின்றன, பார்த்தா!

பாரதியாரின் சொற்கள் நேரே சென்று நெஞ்சிலே தைக்கின்றன. ஏனெனில், அவை இன்றும் வழங்கிவரும் உயிருடைய சொற்கள். ஆதலால், பொருட்பொதிவும் உணர்ச்சியூட்டும் ஆற்றலும் அவைக்கு மிகுதி.

'பழந்தமிழ் எழுதும் இற்றைநாட் புலவரின்' சொற்கள் பல வழக்கிழந்து விட்டவை. அத்துடன் வடமொழியிலிருந்து வந்த சொற்களை முற்றாக வெறுத்து, தனித்தமிழ்ச் சொற்களைப் பெய்தும் அவர் எழுதியுள்ளார். இதனாலும், பொருள் விளக்கம் குறைகிறது. பல சந்தர்ப்பங்களில் வடமொழிக் கடன் சொற்களைவிடத் தனித்தமிழ்ச் சொற்கள் பொருள் விளக்கம் மிக்கவையாக அமைவது வழக்கம். உயர் கவிதைகளில் எல்லாம் தனித்தமிழ்ச் சொற்களே பெரிதும் பயின்று வருவதற்கு இதுவே காரணமாகும். ஆனால், வழக்கிலுள்ள வடசொற்களின் இடத்திலே அருகி வழங்கும் பழந்தமிழ்ச் சொற்களை வேண்டுமென்றே வலுவந்தமாகப் புகுத்தும்போது கவிதையின் நோக்கமே இழக்கப்பட்டுவிடுகிறது. 'எக்கழுத்தம், தகைவு' ஆகிய சொற்கள் தனித்தமிழ்ப் பண்பின; ஆயினும், இன்றைய கவிதை வாசகனின் நோக்குப்படி பார்க்கையில் கருத்து எதையும் புலப்படுத்தாத வெற்று ஒலிகளாகவே நின்றுவிடுகின்றன. 'இடும்பை வம்பருடைமையர்' என்று தனித்தமிழ்ப் புலவர் குறிப்பிட்டதைத்தான் பாரதியார் 'அசுர சம்பத்தை எய்தியவன்' என்று கூறுகிறார். இரண்டுக்குமுள்ள வேறுபாட்டை நுனித்து நோக்குதல் நன்று.

அதிகம் ஏன்? சினம் என்ற சொல்லையே எடுத்துக் கொள்வோம். பேச்சுத் தமிழிலே 'கோபம்' என்ற கருத்தில்

இச்சொல் அதிகமாக இக்காலத்தில் இடம்பெறுவதில்லை. "இன்றைக்கு எனக்கு ஒரே சினமாய் இருக்கு" என்று சொல்லும்போது மன அமைதி குலைந்து உலைவிக்கப்படும் சலிப்பு உணர்ச்சியே வட இலங்கைத் தமிழர் வழக்கில் சினம் என்ற சொல்லினால் எழுப்பப்படுகிறது. ஆங்கிலத்தில் boredom என்று சொல்லப்படுவதன் கருத்தே பேச்சுத் தமிழில் 'சினம்' என்பதற்கு உண்டு. ஆனால், எழுத்து வழக்கில், கட்டுரைகளிலும் சிறுகதைகளிலும் நாவல்களிலும்கூட 'சினம்' என்ற சொல் 'கோபம்' என்ற கருத்தில் அடிக்கடி இடம்பெறுவதுண்டு. எனவே, பாரதியார் 'கோபம்' என்ற பொது வழக்குச் சொல்லை விலக்கி, 'சினம்' என்ற எழுத்து வழக்குச் சொல்லைப் பயன்படுத்தினாலும், பொருட் பேற்றைப் பொறுத்தவரையிலே கணிசமான நட்டம் எதுவும் இல்லை. ஆனால், நமது புலவர் என்ன செய்கிறார்? 'சினம்' என்ற சொல்லைக்கூட விலக்கிவிட்டு, 'சினன்' என்ற வடிவத்தையே கையாள்கிறார். 'சினம்' இற்கும், 'சினன்' இற்கும் பொருள் ஒன்றுதான். ஆனால், பலருக்கும் விளங்காத 'சினன்' என்ற சொல்லையே நமது புலவர் இலக்கியத்தரம் மிக்கதென்று நம்புகிறார். நம்பி, அதையே தமது செய்யுளிலும் பெய்கிறார். இதனால், தமது செய்யுளின் தரம் உயர்ந்து விட்டது என்பது அவர்தம் கருத்து. ஆனால், உண்மை என்ன? அருகி வழங்கும் பழஞ்சொற்களையும் வழக்கிழந்த பிரயோகங்களையும் கையாண்டுவிட்ட அவ்வளவில் கவிதையின் தரம் உயர்ந்துவிடுகிறதா? இல்லை; இல்லவே இல்லை.

பழந்தமிழ்ச் சொற்களே இலக்கியத் தரம் வாய்ந்தவை என்ற கொள்கையில் மற்றுமோர் ஆபத்து உண்டு. *பத்துப்பாட்டிலும் எட்டுத்தொகையிலும்* வழங்காத சொற்கள் யாவும் அசுத்தமானவை, அன்னியமானவை என்று ஒருவர் கருதுவதாக வைத்துக்கொள்வோம். அந்தக் காலத்தின் பின்னர் தமிழிற் புகுந்த சொற்கள் மிகப் பல; புதியனவாய் ஆக்கப்பட்ட சொற்களும் மிகப் பல. இங்ஙனம் வந்த பிற்காலச் சொற்களாகிய சமூகம், சாட்சி, சைக்கிள், சந்திரன், அபயம், ஆரூடம் போன்றவையெல்லாம் தீண்டத்தகாதவை ஆகிவிடுகின்றன. இந்த நிலையில் நவீன வாழ்க்கையின் கூறுகள் பலவற்றைக் கையாளும் வல்லமை மொழிக்கு இல்லாமற்போகிறது. இல்லாமற்போகவே கவிஞனும் சென்றொழிந்த பழங்கால வாழ்க்கையை மட்டுமே மீட்டும் மீட்டும் பாடவேண்டியவனாகிறான். இந்த நிலையில், கவிதை மக்களால் விரும்பப்படாத ஒன்றாக – நூதனசாலையிலே மாத்திரமே பாதுகாத்து வைக்கப்படவேண்டிய ஒன்றாக – ஒடுங்கிச் சுருங்கிச் சிறுத்துச் சீரழிந்து போகிறது. கவிதை என்றாலே அது 'சென்ற காலத்தின் பழுதிலாச் சிறப்பைப்' பேசுதல் வேண்டும் என்ற தவறான கோட்பாடு இவ்வாறு

நிலைநாட்டப்படுகிறது. இதனால், சுற்றுச்சூழலை மறந்து, வெற்றுக் கனவுகளில் ஆழ்ந்துபோகும் விந்தை மனிதர்களாக இப்புலவர்கள் உலகத்தினின்றும் விலகிப்போய் விடுகிறார்கள். இவர்களது படைப்புகளும் கேட்பாரற்றுப் புழுதி படிந்த, பூனை உறங்கும் மூலைகளில், சிலந்திக் கூடுகளால் மூடப்பட்டு, மறக்கப்படுகின்றன; மறைக்கப்படுகின்றன.

இத்தனையும் எதனால்? பழைய சொற்கள் மாத்திரமே இலக்கியத் தரம் உடையன என்ற பிழைபட்ட கொள்கையால் விளைந்த வினை இது. மொழி என்பது சட்டதிட்டங்களுக்குக் கட்டுப்படும் ஒன்று அன்று. மக்களின் வாழ்க்கைத் தேவைகளைப் பூர்த்தி செய்யும்பொருட்டு, மக்களாற் படைக்கப்பட்டு, மாறியும் வளர்ந்தும் தேறியும் திருந்தியும் வரும் ஒரு சமுதாய விளைபொருள் அது; மக்கள் தத்தம் கருத்துக்களையும் உணர்ச்சிகளையும் பரிமாறிக்கொள்வதற்கு வசதியாக அமைத்துக்கொள்ளும் ஒரு கருத்துத் தொடர்புச் சாதனம்; மக்கள் மொழியே வழங்கும் மொழியாகும். இந்த வழங்கும் மொழியில் ஆற்றலும் செழிப்பும் மிக்க கூறுகளையே கவிஞன் தனது கருவியாக்கிக்கொள்கிறான். கூர்மையும் குளிர்மையும் செறிந்த மொழிக்கூறுகளை அவன் மனப்பூர்வமாக வரவேற்று அணைத்துக்கொள்கிறான். இவ்வாறு அணைத்துக்கொள்ளப்படும் சொற்களில் பிறமொழிச் சொற்கள் இருக்கும்; புதியனவாக நேற்றுத்தான் படைத்துக்கொண்ட சொற்களும் இருக்கும்; உழைப்பாளர் மத்தியில் உலாவும் சொற்களும் இருக்கும்; உத்தியோகத்தர் நடுவே நடமாடும் சொற்களும் இருக்கும்; விஞ்ஞானியின் சொற்களும் இருக்கும்; விவசாயியின் சொற்களும் இருக்கும். மக்கள் மொழி என்பது சகலருக்கும் உரிய மொழி. அங்கு உயர்ந்தோர் வழக்கு, தாழ்ந்தோர் வழக்கு என்ற பேச்சுக்கே இடமில்லை.

மக்களுக்கு வாத்தி, வளர்ப்புத் தாய் வைத்தியனாய்
ஒக்க நயம் காட்டுகிறான் . . .

என்று பாடினார் பாரதியார். இங்குப் பயன்படுத்தியுள்ள 'வாத்தி' என்ற சொல் இலக்கியச் சொல் அன்று எனக் கூறுவோர் எம்மிடையே உண்டு. இது ஒரு கொச்சைச் சொல் – இழி வழக்கு – கொடுந்தமிழ் என்றெல்லாம் அவர்கள் சொல்லக்கூடும். ஆனால், 'வாத்தி' என்ற சொல் இக்கவிதைக்கு ஊட்டும் வலிமையும் சத்தும் வேறு எந்தச் சொல்லை 'வாத்தி'–யின் இடத்தில் இட்டாலும் பாழடிக்கப்பட்டுப் போயிருக்கும்.

'வாத்தி' போன்ற ஆற்றல் மிக்க கொச்சைச் சொற்கள் பல, மக்கள் படைத்து வழங்கும் பேச்சு மொழியில் ஏராளமாக உண்டு. சிக்கார், விறுத்தம், அச்சொட்டு, அவிச்சோல், அடாத்து, கரைச்சல்,

அமந்தறை, அருக்குளிப்பு, வெக்கை, மேட்டிமை போல்வன எல்லாம் அப்படிப்பட்ட பேச்சு வழக்குச் சொற்கள். இவைபோல் பல நூற்றுக்கணக்கான சொற்கள் உண்டு. இவையெல்லாம் மிகுந்த சக்தி வாய்ந்தவை. அவ்வாறு உள்ளமையாலேதான் இவற்றைப் பொது மக்கள் நாளிலும் பொழுதிலும் அடிக்கடி வழங்குகிறார்கள். சக்தி நிறைந்து, வீரியம் பொதுளும் இச்சொற்களுட் பெரும்பாலானவை இலக்கியச் சொற்கள் அல்ல என எண்ணப்பட்டு, தூய்மைவாதப் புலவர்கள் பலரால் விலக்கி வைக்கப்படுகின்றன. அவ்வாறு விலக்கப்படவே தமிழ்மொழி வளத்தின் பெரும் பகுதி, பொதுவாக இலக்கியக் கலைக்கும், சிறப்பாகக் கவிதைக் கலைக்கும் பிரயோசனப்படாததாகி வீணாக்கப்படுகிறது. சொற்களின் இலக்கியத் தரம் பற்றிய பிழைபட்ட விளக்கமே இதற்குக் காலாகும்.

ஆனால், உண்மையான உயர்ந்த பெரும்புலவர்கள், இவ்வகையான போலித் தடைகளைப் பொருட்படுத்துவதில்லை. தத்தம் காலத்தில் வழக்கிலிருந்த சகல சொற்களையும் தேவையும் பொருத்தமும் நோக்கி அவர்கள் பயன்படுத்துகிறார்கள்.

கம்பன் வரலாற்றோடு தொடர்புடைய கதை ஒன்றை இந்த இடத்தில் நாம் நினைவுகூரலாம். இராமன் கடலை நிரப்பிப் பாலம் அமைத்த சம்பவத்தைப் பாடுகிற இடம். கடலில் இடப்பட்ட மலையினால் நீர்த்துளிகள் உயரக் கிளம்புகின்றன. இந்தத் துளிகள் வானோரின் உலகத்தையே போய் எட்டிவிடுகின்றன. அப்படி எட்டியபோது வானவர்கள் மகிழ்ச்சிகொண்டு கூத்தாடினார்களாம். இதனைக் கூற வந்த கம்பன்,

தூமி தம் ஊர் புக வானவர் துள்ளினார்

என்று பாடினான். கேட்ட பிற புலவர்கள் சண்டைக்குக் கிளம்பிவிட்டார்களாம். அவர்கள் படித்த நிகண்டுகளில் 'தூமி' என ஒரு சொல்லே இல்லை போலும்! 'தூமி' என்ற சொல் தமிழிலேயே இல்லை என்பது அவர்களின் வாதம்.

"இல்லை, இல்லை! பேச்சு வழக்கில் உள்ள சொல்லுத்தான், அது; வாருங்கள் நிரூபித்துக் காட்டுகிறேன்" என்று சமாதானம் கூறினானாம் கம்பன். அப்படியே நிரூபித்தும் காட்டினானாம். இதுதான் கதை.

கதை மெய்யோ, பொய்யோ – நாம் இரண்டு உண்மைகளைக் கற்றுக்கொள்கிறோம். பெருங்கவிஞன் பேச்சு மொழியில் உள்ள சொற்களையும் இடமறிந்து பயன்படுத்துகிறான் என்பது முதலாவது உண்மை. அவ்வாறான பொது வழக்குச் சொற்கள் செந்தமிழுக்கு

விரோதமானவை – இலக்கியத்தில் இடம்பெறத் தகாதவை – என்று கூறி, சில புலவர்கள் அவற்றை எதிர்க்கிறார்கள். இது இரண்டாவது உண்மை.

3

இந்த நிலைமை கம்பன் காலத்தில் மட்டும் உள்ள ஒன்று அன்று. இக்காலத்திலும் உள்ளதுதான். ஒரு குறிப்பிட்ட காலத்து இலக்கிய மொழி, அதற்குச் சற்று முந்திய காலத்தில் நிலவிய பேச்சுமொழியே ஆகும் என்ற கொள்கையும் ஒன்று உண்டு. ஆனால், நவீன மொழிகளின் புதிய கவிஞர்கள் பலர் இக்கொள்கையை ஒப்புக்கொள்வதில்லை. பேச்சு மொழியின் கூறுகள் சிலவேனும் இலக்கிய மொழியில் இறங்க வேண்டுமாயின், யாரோ சில கவிஞர்கள் அவற்றை முதன்முதலிலே பயன்படுத்தித்தானே ஆகவேண்டும்? அவ்வாறு பயன்படுத்தும் முன்னோடிக் கவிஞர்களைப் பின்பற்றும் பிற சிறு கவிஞர்கள் பின்னர் மெல்ல மெல்ல அச்சொற்களைத் தாமும் ஏற்றுக்கொள்ளத் துணிகிறார்கள். முன்னோடிக் கவிஞர்களோ தமக்குச் சற்று முந்தைய காலத்துப் பேச்சு வழக்குகளை மட்டுமே தம் எழுத்திற் புகுத்துகிறார்கள் என்பது சரியன்று. தம் காலத்துச் சொற்கள் எல்லாவற்றையுமே பொருத்தப்பாடும் ஆற்றலும் நோக்கி அவர்கள் பயன்படுத்துகிறார்கள். திருமுருகாற்றுப்படையை எழுதிய நக்கீரர், தம் காலத்து வழங்கிய சொற்கள் அனைத்துள்ளும் தம் தேவைக்கு வேண்டியவற்றை வழங்கியிருப்பார். இளங்கோவடிகள் தமது காலத்துச் சொற்கள் அனைத்துள்ளும் தம் தேவைக்கு வேண்டியவற்றைப் பயன்படுத்தியிருப்பார். கம்பனும் தனது காலத்துச் சொற்கள் எல்லாவற்றிலிருந்தும் தான் பெறக்கூடிய அதிகபட்ச நன்மை முழுவதையும் கறந்து எடுத்திருப்பான். பெருங்கவிஞர்கள் எல்லாரும் இதைத்தான் செய்தார்கள்; செய்து வருகிறார்கள்.

ஆனால், இரண்டாந்தரச் சிறு புலவர்கள் என்ன செய்கிறார்கள்? *திருமுருகாற்றுப்படையும், சிலப்பதிகாரமும், இராமாயணமும்* இலக்கிய நயம் உள்ளவையாக இருப்பதைக் காண்கிறார்கள். கண்டு, அந்நூல்களில் வந்த சொற்களையும் தொடர்களையும் தாம் இக்காலத்தில் எழுதப்புகும் செய்யுட்களிலும் அமைத்துவிட்டால் தம்முடைய எழுத்திலும் இலக்கிய நயம் நிரம்பி வழியும் என்று இவர்கள் நினைக்கிறார்கள். இது தவறு. நக்கீரரும் இளங்கோவும் கம்பனும் செய்தது போல இவர்களும் தம் காலத்து மொழிப்பரப்பு முழுவதிலுமிருந்து

பெறத்தக்க அதிகபட்சச் சொல்வளத்தைக் கறந்தெடுத்தால் மட்டுமே இவர்களின் செய்யுட்களும் செழுமை உடையன ஆகும். கவிதைகளைப் படித்துச் சுவைக்கும்போது நாம் இந்த உண்மையை நினைவில் இருத்துதல் வேண்டும்.

பழகு தமிழ்ச் சொற்களே கவிதைப் படைப்புக்கு மிகவும் உகந்தனவாகவும் பரந்த பயன் தருவனவாகவும் இருக்க, சில புலவர்கள் அவற்றை வெறுத்து ஒதுக்குவது ஏன்? கனி இருப்பக் காய் கவர்வது போன்ற வேலையில் அவர்கள் ஏன் ஈடுபடுகிறார்கள்? இவ்வாறு செய்வதற்கு ஆதரவாக அவர்கள் சில நியாயங்களைக் காட்டுவார்கள். அவற்றையும் நாம் இங்கு எடுத்து நோக்குவோம்.

பேச்சு வழக்குச் சொற்கள் ஊருக்கு ஊர் – கிராமத்துக்குக் கிராமம் – வேறுபடுவன. தமிழகம் முழுவதற்கும் பொதுவாக விளங்க வேண்டிய கவிதையிலும் இலக்கியத்திலும் இவை இடம்பெற்றால் குறிப்பிட்ட ஊர் தவிர்ந்த பிற ஊரில் உள்ளவர்கள் இச்சொற்களை விளங்கிக்கொள்ள முடியாது திண்டாடுவர். ஆகவே, இப்பிராந்தியப் பேச்சுச் சொற்களை விலக்கிவைப்பதே தக்கது. இதுவே தூய்மைவாதிகள் கூறும் ஒரு நியாயம். மேலோட்டமாகப் பார்ப்பவர்களுக்கு இந்த நியாயம் ஏற்கத்தக்கது போலவே தோன்றும். ஆனால், சிறிது ஊன்றிச் சிந்தித்தால் இந்த வாதம் ஆட்டம் கண்டுவிடும். எப்படி?

இது விண்வெளி யுகம். புத்தகங்கள், பத்திரிகைகள், சஞ்சிகைகள், திரைப்படங்கள், வானொலி ஒலிபரப்புகள், தெலிபோன் – தந்திச் சேவைகள் என்றெல்லாம் பலதரப்பட்ட செய்தித் தொடர்புச் சாதனங்கள் மலிந்து போய்விட்ட காலம இது. "யாதும் ஊரே" என்ற பண்டைத் தமிழ்க் கூற்றுக்குப் புதிய பல வியாக்கியானங்கள் தரப்படக்கூடிய காலம். இந்தக் காலத்தில் ஒரு குறிப்பிட்ட ஊரில் வழங்கும் பேச்சு வழக்குச் சொற்கள் அந்த ஊர் மக்களிடம் மட்டும் முடங்கிக் கிடத்தல் வேண்டும் என்ற 'தலைவிதி' அனாவசியமாகும். ஒவ்வொரு சிற்றூருக்கும் தனியுடைமையாகவுள்ள வலிமை மிகுந்த பிரயோகங்கள் எல்லாம் தமிழ் கூறும் நல்லுலகம் முழுவதற்கும் பொதுவுடைமையாக மாறுவதற்கு வாய்ப்புகள் அதிகம். திருநெல்வேலியின் சொல்வளம் புதுமைப்பித்தனாலும் ரகுநாதனாலும் தமிழகம் முழுவதற்கும் சொந்தமாக்கப்படலாம். தஞ்சாவூரின் சொல்வளம் ஒரு ஜானகி ராமனாலும், யாழ்ப்பாணத்துச் சொல்வளம் ஒரு டொமினிக் ஜீவாவாலும் டானியலாலும் 'மஹாகவி' யாலும் தான்தோன்றிக் கவிராயராலும் தமிழகம் முழுவதற்கும் உரிமையாக்கப்படலாம். அவ்வாறு செய்யும்போது,

சிற்றூருடைய செல்வச் சொல்வளம்
முற்றூர்களுக்கும் முழுவதும் ஆகலாம்.

இதனால், மொழியின் வளம் பெருகுவதுடன் அதன் உயிர்ப் பண்பும் மிகுதியாகும். விரல் விட்டு எண்ணிவிடக்கூடிய ஒரு சில பண்டிதர்களின் தயவில் மட்டும் மொழியின் வளம் தங்கியிராமல் பல்லாயிரம் பல்லாயிரம் பொதுமக்களின் உபகாரத்தினால் அது செழித்துப் பொலியும்.

ஆகவே, பிராந்தியப் பேச்சுச் சொற்கள் பொதுவான சொற்களஞ்சியத்துடன் சேர்வதனால் நன்மையே ஒழியத் தீமை இல்லை. இவ்வாறான சேர்க்கை நமது மொழியின் பழைய வரலாற்றிலும் காலந்தோறும் இடம் பெற்றுத்தான் வந்துள்ளது – பல்வேறு அளவுகளிலும் பல்வேறு வேகங்களிலும்.

பொதுமக்களின் பழகு தமிழைக் கவிதையினின்றும் விலக்குதல் வேண்டும் என்ற வாதத்துக்குச் சார்பாகச் சொல்லப்படும் மற்றுமொரு நியாயத்தை இனி நாம் கவனிக்கலாம். சொற்களும் தொடர்களும் அடிக்கடி பேச்சில் அடிப்படும்போது அவை கூர் மழுங்கி, ஆற்றல் குறைந்துபோகின்றன; தேய்ந்த நாணயம் போல மாற்றுக் குறைந்துவிடுகின்றன. ஆதலால், அவை கவிதைக்கு ஏற்றன அல்ல. இதுவே பொது வழக்குச் சொற்களுக்கு மாறாகக் கூறப்படும் மற்றுமொரு நியாயம்.

இந்த நியாயத்தில் ஓரளவு உண்மை உண்டு. ஆனால் பல சமயங்களில் நிலைமை நேர்மாறாகவும் இருப்பது உண்டு. பேச்சு வழக்குச் சொற்களைவிட இலக்கியப் பழஞ்சொற்களே கவிதையில் அதிகம் அடிபடுவன ஆகையால், அவ்விலக்கியச் சொற்கள் காரம் குறைந்தவையாக, பலவீனமடைந்து புளித்துப்போவது உண்டு. கார்குழல், சந்திரவதனம், மீன்விழி, தேன்மொழி என்றெல்லாம் திரும்பத் திரும்ப இலக்கியச் சொற்களே பாடல்களில் – சிவநாமாவலி தொடக்கம் திரைப்பாட்டு வரையில் – இடம் பெறுவதால் இன்றைய நிலையில் இலக்கியச் சொற்களே கூர் மழுங்கியவையாக உள்ளன. இவற்றுடன் ஒப்பிடும்போது இலக்கியத்துக்குப் புறம்பானவை என்று கருதப்படும் பிற பொது வழக்குச் சொற்கள் ஒரு தனிப்பட்ட நறுமையும் புத்தழகும் உடையவையாக மிளிர்கின்றன எனல் பிழையாகாது.

சிப்பத்தைப் பிரித்தெடுத்த
சீனத்துப் பொம்மை போல்வாள்

என்று சிறுமி ஒருத்தியைப் பாரதிதாசன் வருணிக்கிறார். இங்கு வரும் சிப்பம், சீனத்துப் பொம்மை போன்ற பிரயோகங்கள் பழந்தமிழ்க் கவிதைகளில் இடம் பெறுவதில்லை. இப்படிப்பட்ட

சொற்பிரயோகம் தன்னளவிலேயே ஒருவித கவிச்சுவையைப் பிறப்பித்து விடுகிறது. எனவேதான் திறமான கவிதையில் செறிவும் இறுக்கமும் உடைய மொழிப் பிரயோகம் கைவசமுள்ள சொற்களஞ்சியம் முழுவதிலுமிருந்து அதிகபட்ச பலனைக் கறந்தெடுத்துப் பயன்படுத்தும் என்பதை நாம் நினைவிற் கொள்ளல் வேண்டும்.

4

அவ்வாறு பயன்படுத்துகையில் அப்பிரயோகங்களினால் ஒரு நாடகத் தன்மையும் வந்து அமைந்துவிடுகிறது. நாடகத்திற் பாத்திரங்களின் கூற்றுகள் அமைவது போலவே கவிஞன் தன் கூற்றாகவோ, பிறர் கூற்றாகவோ எதையோ வெளிப்படுத்துகிறான். அக்கூற்றைக் கேட்போன் ஒரு பொது மனிதனாக இருக்கலாம். அல்லது கவிஞனது வாழ்வில் இடம்பெற்றுள்ள ஒரு தனியாளாக இருக்காம். யாராக இருந்தாலும் ஒருவனை நோக்கிக் கவிஞன் கூறுகிறான். உயர் கவிஞனைப் பொறுத்தவரையில் அவன் ஏதாவதொரு பாத்திரமாகவே அமைந்து விடுகிறான். காதலனாகவோ, கையற்றுப் புலம்புபவனாகவோ, தீர்க்கதரிசியாகவோ, சிந்தனையாளனாகவோ, கிண்டல் செய்பவனாகவோ, கண்டனக்காரனாகவோ ஏதோ ஒரு நிலையிலிருந்து கட்டுரைக்கிறான்.

இவ்வாறு கவிஞன் பிறருடன் உரையாடும்போது பல வேளை களில் மிகவும் எளிமையான சொற்களையே கையாள்கிறான். உலகின் எல்லா மொழி இலக்கியங்களிலும் அற்புதமான கவி வாக்குகள் மிகமிக எளிமையானவையாகவே உள்ளன.

இன்றுளார் நாளை மாள்வார்; புகழுக்கும் இறுதி உண்டோ?

என்று கம்பனின் மகோன்னத பாத்திரமான இராவணன் கூறும் போதும்,

செம்புலப் பெயல் நீர் போல
அன்புடை நெஞ்சம் தாம் கலந்தனவே

என்று *குறுந்தொகையிற்* காதற் கிழவனொருவன் உரைக்கும் போதும்,

சுதந்திரம் அவர்க்குயிர்; சுவாசம் மற்றன்று

என்று *மனோன்மணீயத்தில்* ஜீவகன் கூறும்போதும்,

வாடிய பயிரைக் கண்டபோ தெல்லாம்
வாடினேன்...

என்று இராமலிங்க வள்ளலார் இதயமுருகும்போதும்,

> விதியே, விதியே தமிழச் சாதியை
> என் செயக் கருதி இருக்கின்றாயடா?

என்று பாரதி ஏங்கும்போதும் எவ்விதமான பொருள் மயக்கமும் இன்றிக் கவியுள்ளத்தைக் கண்டு கொள்கின்றோமன்றோ? 'சங்கத்து நாள் தொட்டு இச்சாயந்தரம்' வரை உள்ள புலவர்களிடத்துக் காணப்படும் இவ்வெளிமை சொல்வளத்தின் ஒரு சிறப்பம்சமாம். கால வெள்ளத்தைக் கடந்து இத்தகைய பாக்கள் நிலைத்து நிற்கின்றன எனின் அதற்குக் காரணம் மக்கள் சிரமமின்றி அவற்றைப் படிக்கவும் பாடமாக்கவும் நெஞ்சிற் பதித்துவைத்திருக்கவும் ஏற்ற முறையில் அவை அமைந்திருப்பதேயாம். உயர் கவிஞர்கள் நாணயசாலை போன்றவர்கள். எமது புழக்கத்துக்காகப் புதுப் புது நாணயங்களை அடித்துத்தந்தவண்ணம் இருக்கிறார்கள். பழைய சொற்களும் தக்கபடி புதுப்பிக்கப்படுகின்றன. ஓர் உதாரணம் பார்க்கலாம்.

> பெற்ற தாயும் பிறந்த பொன்னாடும்
> நற்றவ வானினும் நனி சிறந்தனவே

என்பது எமது காலக் கவி பாரதி வாக்கு. இதில் வரும் 'நனி' என்ற சொல் மிகப் பழையது. சால, உறு, தவ, நனி என்பன மிகுதியென்னும் குறிப்புப் பொருள் உணர்த்தும் என்பது தொல்காப்பியச் சூத்திரப் பொருள். இன்று நாம் சாதாரண பழகு தமிழில் 'நனி' என்பதனை மிக்க என்ற பொருளிற் பயன்படுத்துவதே இல்லை என்று கூறிவிடலாம். ஆயினும், பழகுதமிழிற் பாடல் சமைத்த பாவலன் "நனி சிறந்தன" என அமைத்துள்ளமையை நோக்கும்போது 'நனி' பொருத்தமாகவே தோற்றுகிறது. வேறெந்தச் சொல்லும் அந்த இடத்தில் அதேயளவு பொருளாழத்தையும் ஒலியாற்றலையும் அளிக்குமோ என்பது ஐயத்துக்குரியதே. இவ்வாறு சொற்களைக் கட்டி ஏவல் கொள்வதே கவிஞனது தலையாயப் பண்பாகும். இதனை மனத்திற்கொண்டே தற்காலக் கவிஞர் ஒருவர் கம்பனைப் பற்றிப் பின்வருமாறு பாடியுள்ளார்:

> சொல்லுக்குச் சொல்லு
> சுகமாய்ச் சுதி கூட்ட
> கல்லும் கனிந்துருகக்
> கவி சொன்ன மாராசன்.

கல் போன்ற சொற்களையும் கனிவிப்பது கவிதையிற் காணப்படும் இரசவாதமாகும். இது காரணமாகவே எமது மூதாதையர் கவிதையின் இன்பம் செஞ்சொற் கவியின்பம் என்று குறிப்பிட்டனர்.

~~

6

பரவசமும் பகுப்புணர்வும்

1

இதுகாறும் உணர்ச்சியைப் பற்றி இடைவரவாய்க் குறிப்பிட்டோம். இவ்வதிகாரத்தில் அதனைத் தனியே விதந்தாயப் போகிறோம். முன்னர்க் குறிப்பிட்ட உவமையுருவகம், சொல்வளம், கற்பனை முதலியனவெல்லாம் உணர்விற்கு ஏதுக்களாய் அமைவன என்றும் கூறலாம். கவிதை என்றதுமே பலருக்கு உணர்ச்சியின் நினைவே எழுகின்றது. 'உணர்ச்சியை அடிப்படையாகக் கொண்டே கவிதை பிறக்கிறது' என்பதே பொதுவான நம்பிக்கையுமாகும்.

களவியல் என்ற இறையனார் அகப்பொருள் உரையில் அவ்வுரை கண்ட வரலாற்றைக் கூறும் கதையொன்றுண்டு: *தொல்காப்பியப்* பொருளதிகாரம் அழிந்துபோக, மதுரை ஆலவாயில் அழல் நிறக்கடவுள் அறுபது சூத்திரங்களில் அகப்பொருளைச் செய்து அருளினான். ஆனால் அக்காலத்துப் பாண்டி நாட்டிற் சங்கமிருந்து தமிழாய்ந்த புலவர் நாற்பத்தொன்பதின்மரும் அந்நூற்குப் பொருள் காணுமாறு ஒரு காரணிகனை வேண்டி நின்றனர். அப்போது இறைவன் பின்வருமாறு கூறினான்: "இவ்வூரிலே உப்பூரி குடிகிழார் மகனாவான் உருத்திரசன்மன் என்ற பெயருடைய ஊமைப்பையன் இருக்கிறான்; அவனைக் கொண்டு சென்று ஆசனத்திலிருத்திச் சூத்திரப்பொருள் உரையுங்கள்; மெய்யல்லா

உரை கேட்கும்பொழுது சும்மா இருக்கும்; மெய்யாயின உரை கேட்டவிடத்து, கண்ணீர் வார்ந்து மெய்ம்மயிர் சிலிர்க்கும்."

சங்கப்புலவரும் அதற்கு உடன்பட்டுச் சிறுவனை அலங்கரித்துக் கல்மாப் பலகையிலிருத்தித் தாம் கீழிருந்து சூத்திரப் பொருளை ஒவ்வொருவராய் உரைத்தனர். எல்லாரும் முறையே பொருளுரைத்த போது சும்மா இருந்து, மருதனிளநாகனார் உரைத்தபோது சிறிதளவு கண்ணீர் உகுத்து, மெய்ம்மயிர் நிறுத்தி, பின்னர்க் கணக்காயனார் மகனார் நக்கீரர் உரைத்தவிடத்துப் பதந்தொறும் கண்ணீர் வார்ந்து, மெய்ம்மயிர் சிலிர்ப்ப இருந்தான். அது கண்டு உண்மையுரை அதுவெனத் துணிந்தனர் சங்கப்புலவர்கள். இது களவியலுரை கற்பித்துக் கூறும் பௌராணிகச் செய்தி.

இவ்வுபகதையிலே மூங்கைப் பிள்ளையான உருத்திர சன்மனுக்கு மெய்யான உரை கேட்டவிடத்து மெய்ப்பாடுகள் தோன்றியதுபோல் சிறந்த கவிதையொன்றைப் படிக்குமிடத்து உணர்ச்சிவசப்பட்டு உருக வேண்டும் என்பது எம்மவர் பலரிடையே காணப்படும் எண்ணமாகும். பெரும்பான்மை வாசகர்கள் மூங்கைப்பிள்ளையைப் போலத் தமது உணர்வுகளை எடுத்துக் கூறும் வல்லமை அற்றவர்கள் என்பது இவ்வெண்ணத்தின் உட்கிடை. அது எவ்வாறாயினும் கவிதை என்பது உணர்ச்சிப் பிழம்பு என்ற ஓர் எண்ணம் எம்மவரிடத்து ஆழமாகப் படிந்திருக்கிறது.

இத்தகைய கண்ணோட்டத்திலே அறிவு, உணர்ச்சி என்ற ஒருவகைப் பாகுபாடு காணப்படும். மனித வாழ்வை நெறிப்படுத்தும் இவ்விரண்டனுள் உணர்ச்சியே கவிதைக்கு உயிர்நாடியாயிருக்கிறது என்பது இப்பாகுபாட்டைக் கடைப்பிடிப்போரது நம்பிக்கை. இதனடிப்படையிலேயே பொதுவாக இலக்கியத்தை அறிவிலக்கியம் என்றும் ஆற்றல் இலக்கியம் என்றும் சிலர் வழங்குவர். தொல்காப்பியம் முன்னதற்கும், கம்பராமாயணம் பின்னதற்கும் தக்க உதாரணங்கள் என்று கூறலாம். இப்பாகுபாட்டின் முக்கியப் பண்பு என்னவெனில் இவ்விரண்டு இயல்புகளும் ஒன்றுக்கு ஒன்று முரணானவை என்று கொள்வதாகும். இதனை இலக்கிய இருமைவாதம் என்றுதான் கூறவேண்டும். இவ்விரண்டையும் தனித்தனியாகப் பிரித்து விவரிப்பதற்கு ஏற்றவாறு இலக்கியங்கள் உள்ளனவெனினும் சிறந்த இலக்கியங்கள் எனக் கூறத்தக்கவை முன்கூறிய இருவகை இயல்புகளும் விரவி வருவனவாகவே அமைந்துள்ளன.

முந்தியவோர் அதிகாரத்திலே புலனுணர்வு பற்றியும் கருத்துப் பொருளுணர்வு பற்றியும் குறிப்பிட்டிருந்தோம். மேலெழுந்த வாரியாகக் கூறுவதானால் புலனுணர்வு உணர்ச்சிக்கும், கருத்துப்

பொருளுணர்வு அறிவுக்கும் ஏதுக்கள் எனக் கூறலாம். ஆனால், நாம் அவ்விடத்தில் (பக்.41) எடுத்துக்காட்டியிருப்பது போன்று, கவிஞனது சிந்தனையும் உள்ளுணர்வும் சேர்ந்து இணைந்தே கவிதையின் 'கருத்தை'த் தோற்றுவிக்கின்றன. அந்த வகையில் அவற்றைப் பிரித்துப் பேசுவது பயனற்ற செயல். இதனை ஓர் உதாரணத்தால் விளக்குவோம்.

அங்கிங் கெனாதபடி யெங்கும் ப்ரகாசமாய்
ஆனந்த பூர்த்தியாகி
அருளொடு நிறைந்ததெது தன்னருள் வெளிக்குளே
அகிலாண்ட கோடியெல்லாந்
தங்கும் படிக்கிச்சை வைத்துயிர்க் குயிராய்த்
தழைத்ததெது மனவாக்கினில்
தட்டாமல் நின்றதெது சமயகோ டிகளெலாந்
தந்தெய்வம் எந்தெய்வமென்
றெங்குந் தொடர்ந்தெதிர் வழக்கிடவும் நின்றதெது
எங்கணும் பெருவழக்காய்
யாதினும் வல்லவொரு சித்தாகி யின்பமாய்
என்றைக்கு முள்ளதெது மேல்
கங்குல்பக லறநின்ற எல்லையுள தெதுவது
கருத்திற் கிசைந்த ததுவே
கண்டன வெலாமோன வுருவெளிய தாகவுங்
கருதியஞ் சலிசெய்குவாம்.

இப்பாடலிலே அறிவையும் உணர்ச்சியையும் வேறுபடுத்திக் காண இயலுமோ? அருளுணர்வும் இருக்கிறது; அத்துவிதக் கருத்தும் அருகருகே இருக்கிறது. இரண்டும் ஒன்றிக்கலந்த அனுபவமாகவே பாடலமைந்துளது. 'நிறைந்ததெது', 'தழைத்ததெது', 'நின்றதெது', 'உள்ளதெது' என்று ஒன்றன்பின் ஒன்றாய் வினாக்கள் எழுப்பப்படும்போது எமது சிந்தனையும் செயற்படுகிறது. அதே வேளையில் இவ்வினாக்கள் அனைத்தும் ஒரே பொருளைப் பற்றிய உணர்வை மூட்டுகின்றதையும் நாம் உணர்கிறோம். அவ்வுணர்வு மூண்டு வருகையில் விவரிக்கப்படும் பொருள்,

யாதினும் வல்லவொரு சித்தாகி யின்பமாய்
என்றைக்கு முள்ளது

என்ற தெள்ளத்தெளிவான விளக்கமும் ஏற்பட்டுவிடுகிறது. ஆகவே வினாக்களை விடுத்து அப்பொருளைக் கருதி அஞ்சலி செய்யும் மனப்பாங்கு இசைவுடையதாகத் தோன்றுகிறது. இவ்விடத்தில் சிந்தனை, உணர்வுக்கு முரணாகவன்றி ஒத்தாசையாய் இருப்பதைக் காணலாம்.

ஆனால் இச்சிந்தனை வெளிப்படாது உணர்ச்சி நிலையிலேயே இப்பொருளைக் கருதி அஞ்சலி செய்யும் அனுபவத்தைக் கூறும் பாடலையும் உதாரணிக்கலாம்.

வானாகி மண்ணாகி வளியாகி ஒளியாகி
ஊனாகி உயிராகி உண்மையுமாய் இன்மையுமாய்
கோனாகி யானென தென்று அவரவரைக் கூத்தாட்டு
வானாகி நின்றாயை என்சொல்லி வாழத்துவனே.

முன்னர்க் குறிப்பிட்ட பாடலுக்கும் இதற்கும் சில ஒற்றுமைகள் இருப்பது வெளிப்படை. எனினும், குறிப்பிடத்தக்க சில வேற்றுமைகளும் உள்ளன. முன்னதிலே இறைவன் என்ற பொருள் மனித வடிவிற் சித்திரிக்கப்படவில்லை. அதனால், கருத்துப்பொருளுணர்வு சிறப்புற ஏதுவாயிருந்தது. இதிலே 'கோன்', 'கூத்தாட்டுவான்', 'நின்றாயை' என்பன ஆசாபாசங்கள் உடைய மனித வடிவில் இறைவனைச் சித்திரிக்கின்றன. கோனாயும் கூத்தாட்டுவானாயும் இருப்பது போலவே வானாயும் மண்ணாயும் இறைவன் இருக்கின்றான் என்னும் உணர்வே மேலோங்கி நிற்கிறது. அவ்வாறு யாவுமாகி நிற்பவனைக் கருதி வாழ்த்துகிறார் கவிஞர்.

இன்னுமொரு குறிப்பும் கூறலாம்: முதலாவது பாடலின் முடிவில் 'அஞ்சலி செய்குவாம்' என்று உளப்பாட்டுத் தன்மைப் பன்மையிற் கவிஞர் கூறும்போது பாடலின் முற்பகுதியிலே சிந்திக்கத் தொடங்கியிருந்த நாம், அச்சிந்தனைகளின் முடிவாகக் கவிஞருடன் சேர்ந்து அஞ்சலிசெய்யத் தயாராகிறோம். இரண்டாவது பாடலிலே 'என்சொல்லி வாழ்த்துவன்?' என்று கவிஞர் தன்மை ஒருமையிற் கூறும்பொழுது தமது சொந்த வியப் புணர்ச்சியையே வெளிக்காட்டுபவராயிருக்கிறார். முன்னதை உளப்பாட்டுக் கவிதையென்றும் பின்னதைத் தன்பொருட்டுக் கவிதையென்றும் கூறுவது பொருத்தமாகும்.

இன்னொரு வகைப் பாடலையும் இங்கு நோக்குதல் தகும். நாட்டுப் பாடல் என்றும் நாடோடிப் பாடல் என்றும் பாமரர் பாடல் என்றும் பலவாறு வழங்கிவரும் வாய்மொழிப் பாடல்களிலும் உணர்ச்சி நிரம்ப உண்டு. அப்பாடல்களை ஏற்ற சூழ்நிலையில் எடுப்பான குரலிற் பாடும்பொழுதே அவற்றில் மண்டிக் கிடக்கும் உணர்வு அழுத்தம் பெறுமாயினும் அச்சடித்த வடிவிலும் வேகத்துடனேயே காணப்படுகின்றன.

ஏழு கழியலியே ஏழாநீர் கூடலையே
தாலி கொண்டுவந்து தந்த தட்டானும் போகலையே

மாலை கொண்டுவந்த பண்டாரமும் போகலையே
கொட்டி பறையனுக்குக் கொத்தும் கொடுக்கலையே

கோண மணவறையில் குந்தவைத்த தோஷமுண்டு
வட்ட மணவறையில் வந்திருந்த தோஷமுண்டு

பொருந்தி யிருந்தோமோ பிள்ளைகளை பெற்றோமோ
பணியாரம் சுட்டசட்டி பாதிமணம் போகலையோ

பந்தல் பிரிக்கலையே வந்தஜனம் போகலையே
என்கணவா என்கணவா இந்தவிதி வருவானேன்

சண்டாள வன்னியர்கள் சதித்தாரே கணவனைத்தான்
பசலை தலையிலேதான் பாரஇடி விழுவானேன்

குழந்தை தலையிலேதான் குடிகேடு வருவானேன்
பார்த்தாளோ பார்த்தாளோ பாம்புக்கண்ணி பார்த்தாளோ

குண்டுகண்ணி சக்களத்தி குறிப்பாகப் பார்த்தாளோ
ஆணழகனென்று எந்த அடியறுவாள் பார்த்தாளோ

என்று சொல்லியப் பெண்கள் ஏற்றதொரு கணவனைத்தான்
தூக்கி மலையோரம் சூதானம் தான் படுத்தி
உடன்கட்டை யேறுதற்கு உத்தரவு வேண்டவென்று.

கணவனையிழந்த பெண்கள் பிரிவாற்றாது பிரலாபித்துப் பாடும் பிலாக்கணமாகவே பாடலடிகள் அமைந்துள்ளன. இதனைப் பாடிய புலவர்களின் பெயர் எமக்குத் தெரியாது. வழிவழியாக வழங்கிவரும் வாய்மொழிப் பாடற் பகுதி இது. ஆயினும் தமக்கென அமைந்த மரபும் நெறியும் உடையவா யிருக்கின்றன என்பது கண்கூடு. இப்பாடலிற் புலப்படும் உணர்ச்சியினின்றும் புலவனது உணர்ச்சி வேறாகவே இருக்கிறது. வேண்டாத அணியோ அலங்காரமோ இன்றித் துன்பத்தையும் துயரையும் துடிப்புடன் தெரிவிக்கிறது பாடல். ஆயினும் கவிஞன் ஒருவனது உணர்ச்சித் துடிப்பு என்று பாடலின் எப்பகுதியையேனும் சுட்டிக்காட்ட வியலாது. அதாவது இதுபோன்ற பாடல்களைப் படித்தும் பாடிய கவிஞனது மனப்பாங்கைப் பற்றியோ அல்லது ஆளுமையைப் பற்றியோ எம்மால் திட்டவட்டமாக எதுவும் கூற முடியாதுள்ளது. ஆனால் முந்திய பாடல்களைப் படித்தபின் அவ்விரண்டையும் பாடிய கவிஞரது மனநிலையையும் இயல்பையும் குறிப்பிடத்தக்களவு தெரிந்துகொள்ளலாமல்லவா? தனது சொந்த உணர்ச்சியையும் போதனையையும் நேரடியாகக் கலக்காது, கேட்போர்க்குச் சுவை சிறக்கும்வண்ணம் தலைமுறை தலைமுறைகளாய்ப் பாடிப் பக்குவப்படுத்தப்பெற்ற கதைப்பாடலைச் சேர்ந்தது இப்புலம்பல். இதனைப் பிறர்பொருட்டுக் கவிதை எனலாம்.

மேலே காட்டிய உளப்பாட்டுக் கவிதை, தன்பொருட்டுக் கவிதை, பிறர்பொருட்டுக் கவிதை என்றவற்றிலே உணர்ச்சி வெவ்வேறு விதத்தில் அமைந்திருப்பதைப் பார்த்தோம். காவியம் போன்ற பிறவகைக் கவிதைகளிலும் இவ்வாறே வெவ்வேறு அளவிலும் வகையிலும் உணர்ச்சி இடம்பெறும். ஆக,

கவிதை என்ற பொதுச் சொல்லாற் குறிக்கப்படும் அத்தனை ஆக்கங்களிலும் உணர்ச்சி என்பது ஒரே தன்மையுடையதா யிருக்கும் என்ற தவறான எண்ணத்தைக் களைதல் நன்று. கருத்தாக இருந்தாலும் உணர்ச்சியாக இருந்தாலும் அது எமக்கு நிறைவானதோர் அனுபவமாக அமைந்து உடலிலும் உள்ளத்திலும் ஒரு கிளர்ச்சியை யுண்டுபண்ணுமானால் அதனைச் சிறந்த கவிதையெனலாம். இவ்வாறு ஓர் உணர்ச்சியையோ கருத்துப் பொருளுணர்வையோ அனுபவமாக்க உதவுவனவே சொல்வளம், கற்பனை, உவமையுருவகம் முதலியன.

கவிஞன் தனது அனுபவத்தை மனத்தின் உயர்ந்த நிலையிலிருந்து வெளிப்படுத்தும்பொழுது – சொல், சொற்பொருள், ஒலிநயம், கற்பனை ஆகியன அவ்வெளிப்பாட்டுக்குக் காரணிகளாயமைந்து விடுகின்றன. கவிஞனுக்குச் சொந்தமான அனுபவம் அவற்றின் மூலமாகவே பொதுச் சொத்தாகின்றது. அப்பொதுச் சொத்தே கவிதை. அதனை நாம் படிக்கும்போது அக்கூறுகள்தாம் அது கூறும் அனுபவத்தை நாம் பெற்றுக்கொள்ளக் காரணிகளாகின்றன. இவ்வாறுதான் உணர்ச்சி, கவிதையனுபவமாகி, பாடுவோனிலிருந்து படிப்போனுக்குப் புடைபெயர்கிறது.

கவிஞனுக்கு ஏற்படும் உணர்ச்சி கவிதை வடிவம் பெற்றுப் பிறரால் அனுபவிக்கப்படும்பொழுது பல சமயங்களிலே தூண்டுகோலாய் அமைவதுண்டு. அதாவது கவிதை அதனைப் படிப்போரை இயக்கும் சக்தியுடையது எனலாம். இவ்வியக்கம் என்பது வெறும் உடற்றொழிற்பாடாக மட்டுமன்றிப் படிப்போருக்கு உண்டாகும் உண்மை விளக்கமாகவும் இருக்கும். ஏனெனில், கவிதையிலே உணர்ச்சி என்பது வரம்பின்றிப் பாய்வதொன்றன்று. தனியொருவனது உணர்ச்சிச் சுழிப்புகள் இயற்கையில் அவ்வாறுதானிருக்கும். பதற்றம், குழப்பம், மயக்கம், வெறி முதலாயின அதீத உணர்ச்சியின் வெளிப்பாடுகள். ஆனால் அவை அப்படியே கவிதையிற் பிரதிபலித்தால் கவிதையின் ஒருமைப்பாடும் ஒழுங்கும் சிதைந்துபோகும். அவ்வுணர்ச்சிச் சுழிப்புக்களை வடித்து, நெறிப்படுத்திப் பாய்ச்சவே முற்கிளந்த கவிதைக் கூறுகள் பயன்படுகின்றன. இதனை ஒருதாரண மூலம் விளக்குவோம்.

பாரதியாருக்கு நாட்டில் நிலவிய ஆங்கிலக் கல்விமுறை பெருவெறுப்பை உண்டாக்கியிருந்தது. அதாவது, அதன்பால் அவருக்கு மிகுந்த – ஆழ்ந்த – வெறுப்புணர்ச்சி இருந்தது எனலாம். வெறுப்புள்ள பொருளைப் பலவாறு இழித்துரைப்பது உலக இயற்கை. சில சமயங்களில் வெறுப்புணர்ச்சி பல விபரீதங்களுக்குக் காலாகவும் அமைந்துவிடுவதுண்டு. ஆங்கிலக் கல்வியமைப்பின்மீது

பாரதியாருக்கிருந்த வெறுப்பின் தன்மையை நாம் நேரே கண்டறியாதவர்கள். ஆனால் அவரது உணர்ச்சியைப் பாடல் வாயிலாகவே தெளிவாக அறிந்துகொள்ளக்கூடியதாய் உள்ளது.

அன்ன யாவும் அறிந்திலர் பாரதத்
தாங்கி லம்பயில் பள்ளியுட் போகுநர்
முன்னர் நாடு திகழ்ந்த பெருமையும்
மூண்டி ருக்குமிந் நாளின் இகழ்ச்சியும்
பின்னர் நாடுறு பெற்றியுந் தேர்கிலார்
பேடிக் கல்வி பயின்றுழல் பித்தர்கள்
என்ன கூறிமற் றெங்ஙன் உணர்த்துவேன்
இங்கி வர்க்கென துள்ளம் எரிவதே.

இப்பாடலிலே 'பேடிக் கல்வி' என்ற தொடரில் தமது வெறுப்புணர்ச்சி முழுவதற்கும் தக்க உருவங் கொடுத்துவிட்டார் கவிஞர். பேடி என்பது பெண்தன்மை மிகுந்த அலியையும் வீரியமின்மையையும் அச்சத்தையும் விலங்கையும் குறிக்கும். இவை ஆண்தன்மை, துணிவு, விடுதலை என்பவற்றின் மறுதலை. உண்மையான கல்வி ஆண்மை, வீரம், துணிவு, விடுதலை ஆகியவற்றை அளிப்பதாயிருத்தல் வேண்டும். ஆங்கிலக் கல்விமுறை இந்தியருக்கு இவற்றின் மறுதலைகளையே ஊட்டியதை உணர்த்த முனைந்த கவிஞர் 'பேடிக் கல்வி' என்றார். அவரது உணர்ச்சி கவிதையனுபவமாகும்போது பேடிக் கல்வி எனப் பெயர்க்கப்பட்டுள்ளது. பாரதியாரின் உணர்ச்சியில் எத்தனை சுழிப்புக்கள் இருந்திருந்தாலும் இத்தொடர் திட்டவட்டமான ஒரு மனக்கருத்தை எமக்கு உண்டாக்கிவிடுகிறதல்லவா? இத்தகைய பேடிக் கல்வியினால் உருவாக்கப்பட்ட நடிப்புச் சுதேசிகளைப் பழித்தறிவுறுத்திய பாடலொன்றில்,

அச்சமும் பேடிமையும் அடிமைச் சிறு மதியும்
உச்சத்திற் கொண்டா ரடீ – கிளியே
ஊமைச் சனங்க ளடீ

என்று பாடுமிடத்து அச்சம், பேடிமை, அடிமைச் சிறுபுத்தி, ஊமைத்தன்மை ஆகியன ஒருசேரக் கூறப்படுகின்றன. எனவே 'பேடிக் கல்வி' என்ற சொற்பிரயோகத்தின் உணர்ச்சி வளம் மயக்கம் எதுவுமின்றி மிகத் தெளிவாக விளக்கப்பட்டுள்ளமை கவனிக்கத்தக்கது.

'உழல் பித்தர்கள்' என்ற கூற்றும் உணர்ச்சிபூர்வமானதே. உழலுதலுக்கு அலைதல், நிலைகெடுதல் என்ற பொருளுண்டு. பித்தர்கள், பைத்தியக்காரர், மூடர் என்பன ஒருபொருட் சொற்கள். 'பேடிக் கல்வி பயின்றுழல் பித்தர்கள்' என்ற சொற்றொடர் கவிஞரது ஆழ்ந்த வெறுப்புணர்ச்சியை எமக்குப் புலப்படுத்தும் அதே வேளையில் பாடலின் முற்பகுதியில் இப்பித்தர்கள் ஆராய்ந்து

அறியமாட்டாத செய்திகள் கூறப்படுகின்றன. சென்றகாலத்துச் சிறப்பையும், நிகழ்காலத்துச் சிறுமையையும், வருங்காலத்து மேம்பாட்டையும் காரணகாரியத் தொடர்புடன் கண்டறிய மாட்டாத பேடிக் கல்வி என்று கவிஞன் கூறும்போது அக்கல்வி முறைமீது அவனுக்கேற்பட்ட வெறுப்புணர்ச்சி கருத்துக்களாலும் தூண்டப்பட்டன என்பது புலப்படும். படவும், கவிதையைப் படிக்கும் எமக்கு அக்கல்வி முறையின் போலித் ;ன்மையும் சத்தின்மையும் தெளிவாகிவிடுகின்றன. இதுவே எமக்கு ஏற்படும் உண்மை விளக்கமாகும்.

இலக்கிய வரலாற்றை நோக்கும்போது 'கவிதைக்கு உணர்ச்சியே பிரதானம்' என்ற கொள்கை எல்லாக் காலத்தும் நியமமாகக் கொள்ளப்படவில்லை என்பது தெரியவரும். தமிழிலக்கியத்தில் மட்டுமன்றி வேறு இலக்கியங்களிலும் இவ்வுண்மையைக் கண்டு தெளியலாம். பழங்காலச் செய்யுள் நெறியைப் பின்பற்றி இலக்கியங்கள் தோன்றும் காலப்பகுதிகளில் அறிவுபூர்வமான செய்யுட்கள் சிறப்பாகப் போற்றப்படுகின்றன; படைக்கப்பெறுகின்றன. நாயக்கர் காலப் பகுதியிற் கற்றோர் இயற்றிய இலக்கியங்கள் பலவற்றில் உணர்ச்சியினும் சிந்தனையே மிக்குக் காணப்படுகின்றன. ஆயினும் அவற்றையும் உயரிலக்கியங்கள் என்றே பலர் கருதிவந்துள்ளனர்.

குறில்வழி லகரம் தனிநிலை யாயும்
    கூடிய தகரமுன் னெழுத்தென்
றறிகுறி வடிவம் திரிதல்போல் நந்தி
    அடல்விடை மெய்திரிந் துறினும்
நறுமலர் விழியிற் கண்டவர் எல்லாம்
    நந்தியே என்றுளம் மகிழ்ந்தார்
பெறுதவம் முயன்ற அன்னையும் பிதாவும்
    பெறும்உவ கையினையார் உரைப்பார்?

'கற்பனைக் களஞ்சியம்' எனச் சில இலக்கிய வரலாற்றாசிரியராற் பாராட்டப்பெறும் துறைமங்கலம் சிவப்பிரகாசர் பாடிய இச்செய்யுளில் பாத்திரங்களின் உள மகிழ்ச்சிக்கு விளக்கம் கூறுவதற்கு இலக்கணம் துணைக்கிழுக்கப்படுகிறது. இலக்கண விதியொன்றையே உவமையாக்கிவிடுகிறார் புலவர். 'உவகை', 'மகிழ்ச்சி' ஆகிய உணர்ச்சி தோன்றும் சொற்கள் பயன்படுத்தப்பட்டிருப்பினும் அவ்வுவகைக்கும் மகிழ்ச்சிக்கும் தூண்டுகோலாயிருப்பது எத்துணையும் உணர்ச்சியற்ற புணரியல் விதியொன்றாகும்.

குறில்வழி லளத்தவ் வணையி னாய்தம்
ஆகவும் பெறூஉ மல்வழி யானே

என்ற மெய்யீற்றுப் புணரியற் சூத்திரம், தனிக்குறிலின் பின்னின்ற லகர ளகர மெய்கள் அல்வழிப் புணர்ச்சியிலே தகரம் வருமாயின், றகர டகரங்களாகத் திரிதலேயன்றி ஆய்தமாயும் திரியும் எனக் கூறும். இதிலே உணர்ச்சிக்கு இடமில்லை. கணித வாய்பாடு போல இதுவும் ஓர் இலக்கண விதி. இதனடிப்படையில் ஒரு 'கற்பனை'யை உருவாக்குகிறார் புலவர். ஆகவே, அக்கற்பனையாக்கத்திலே உணர்ச்சி இடம்பெறவில்லை என்பது போதரும்.

கஃறீது, முஃடீது என்னும் தொடர்களில் ஆய்த எழுத்தே காணப்பட்டபோதும் அது முன்னர் இருந்த லகர ளகர மெய்களின் திரிபாகவிருத்தல் போல மண்ணுலகில் வசவ தேவராகத் தோன்றியபோதும், அவரின் சிறப்பியல்புகளை அறிந்தவர்கள் அவர் முன்னர் கயிலையங்கிரியில் நந்தியெம்பிரானாக இருந்தவரே என உணர்ந்து உவகையடைந்தனர் என்பது செய்யுளின் கருத்து.

வீர சைவத் தத்துவச் செய்தியும் இலக்கணச் செய்தியும் கலந்து கற்பனையாக அமைந்த இச்செய்யுளில் குறிப்பிட்ட சிலர் மகிழ்ச்சியடைந்தனர் எனக் கூறப்படுகின்றதாயினும் அம்மகிழ்ச்சி உணர்ச்சி பூர்வமாகச் சித்திரிக்கப்படவில்லை. மாறாக, ஆசிரியரது இலக்கண நூற் புலமையும் சுற்றிவளைத்து விஷயத்தைக் கூறும் படாடோபமுமே பாடலில் நிறைந்துள்ளது. எனினும் இச்செய்யுள் இலக்கிய வரிசையில் இடம் பெறுவதொன்றே. இடைக்காலத்தில் எழுந்த கோவை இலக்கியங்கள் பெரும்பாலனவற்றில் இப்பண்பினைப் பரக்கக் காணலாம். இத்தகைய பாடல்களை இக்காலத்திலே நாம் கருகலானவையாயும் கடினமானவையாயும் கருதக்கூடும். ஆனால், ஒரு காலத்தில் இலக்கியக் கொடுமுடிகளாய்க் கருதப்பட்டன என்பது மனங்கொளத்தக்கதே. இங்குக் கவனிக்கத் தக்கது என்னவெனில் உணர்ச்சிதான் பாடலின் உயர்நிலையாக எல்லாக் காலத்தும் போற்றப்படவில்லை.

ஆனால், மேலே காட்டிய சிவப்பிரகாசர் பாடல் போன்றவற்றில் பாடிய புலவரின் சொந்த அனுபவத்தைக் கண்டுகொள்ளுதல் அரிது. தத்துவங்களும் இலக்கண விதிகளும் வாதப்பிரதிவாதங்களுமே முக்கியமானவையாய்க் கொள்ளப்படுவதால் புலவன் சொந்த அனுபவத்தையோ, உணர்ச்சியையோ வெளிப்படுத்த வேண்டிய தேவை இல்லாமற் போய்விடுகிறது. புலமையும் பாண்டித்தியமுமே கவித்துவ உணர்வின் (ஸ்)தானத்தை ஆக்கிரமித்துக்கொள்கின்றன. இந்நிலைக்கு எதிர்விளைவாகவே, அதாவது இக்குறைபாட்டை நீக்கும் வகையிலேயே, இந்நூற்றாண்டின் தொடக்கத்திலிருந்து பரிதிமாற் கலைஞர், பாரதியார் ஆகியோர் தமது சொந்த உணர்ச்சிகளைப் பாடற் பொருளாக்கும் தன்னுணர்ச்சிப்

பாடல்களைத் தோற்றுவித்தனர். பாரதியார் பாடிய *கண்ணம்மா என் குழந்தை, கண்ணம்மா என் காதலி* ஆகிய பாடல்கள் இவற்றுக்குச் சிறந்த உதாரணங்கள். பாரதி பரம்பரையில் வந்த கவிஞர் இத்தகைய தன்னுணர்ச்சிப் பாடல்கள் பலவற்றைப் பாடியுள்ளனர். இவற்றில் இசைப் பண்பு சிறந்து காணப்படும்.

உள்ளச் சிறையில் ஓருகன்னி – அவள்
ஊழிக் காலம் தவமிருந்தாள்
உள்ளச் சிறையில் ஓருகன்னி

கள்ள மனத்தின் கோடியிலே – இரு
கண்கள் மயங்கும் எல்லையிலே
உள்ளச் சிறையில் நின்றுநின்று – அவள்
ஊழிக் காலம் தவமிருந்தாள்.

இத்தகைய பாடல்கள் கவிஞனொருவன் தன்னுடைய உணர்ச்சியனுபவத்தை வாசகருக்கு முன்னிலைப்படுத்தி எடுத்துச் சொல்லுவனவாக அமைந்தவை. ஆங்கிலத்திலே இவற்றை 'லிரிக்' *(lyric)* என வழங்குவர். நவீன தமிழிலக்கியத்திலே, குறிப்பாகப் பாரதியின் செல்வாக்குக் காரணமாக, தன்னுணர்ச்சிப் பாக்களே ஏராளம். இதனால் இக்கால இரசிகர்கள் பலர் (இவர்களுள் டி.கே. சிதம்பரநாத முதலியார் குறிப்பிட வேண்டியவர்) உணர்ச்சி வெளிப்பாடு ஒன்றனையே உயர்கவிதைக்கு உரைகல்லாய்க் கொள்வாராயினர். உதாரணமாகப் *புறநானூற்றுப்* பாடல்கள் உணர்ச்சிச் சிறப்பு அற்றவையென்றும், அதனால் உயர்ந்த கவிதைகள் அல்ல என்றும் முடிவுகட்டினார் டி.கே.சி. இம்முடிவு விபரீதமானது என்பதை மேலும் வற்புறுத்தவேண்டியதில்லை.

2

உணர்ச்சியைப் பற்றிய தவறான மதிப்பீடு, மிகையுணர்ச்சி எமது இலக்கியத்திற் செல்வாக்குப்பெற ஏதுவாகிறது. மிகையுணர்ச்சியை ஆங்கிலநூலார் *sentimentality* என்பர். ஒரு வகையிற் பார்த்தால் கவிதையை நலனாயப் பயிற்சிபெறுவதன் பிரதான பயன்பாடே உணர்ச்சிக்கும் மிகையுணர்ச்சிக்கும் வேறுபாடு காண்பதாகும். மிகையுணர்ச்சி என்ற சொற்றொடரே தெளிவாகப் புலப்படுத்துவது போல் அளவுக்கு அதிகமான உணர்ச்சி வெளிப்பாடும் ஈடுபாடுமே இங்குக் குறிக்கப்படுகின்றது.

சோகத்தின் உருவமாக ஒரு பெண் நின்றாள்

என்ற வாக்கியத்தை எடுத்துக்கொள்வோம். சோகம் – பெண் என்ற சேர்க்கையைக் கண்டதுமே பலருக்கு உளநெகிழ்ச்சி ஏற்பட்டுவிடுகிறது. உண்மையில் இவ்வாக்கியம் கூறுவது யாது?

யாரோ ஒருத்தி கவலைப்பட்டு நிற்கிறாள் என்பதாகும். அவள் யாரென்றுகூட எமக்குத் தெரியாது. கவலை யாது என்றோ, அதற்குக் காரணம் யாது என்றோ, அக்கவலையின் தன்மை எத்தகையது என்றோ எதுவும் தெரியாமலே 'துயருள்ள ஒரு பெண்' என்ற பொதுப்படையான எண்ணத்துக்காக இதயம் உருகுவது மிகையுணர்ச்சியின் பாற்படும். இன்னொரு விதத்திற் பார்க்கப் போனால் இத்தகைய உருக்கம் போலி என்றுகூடக் கூறலாம்.

அதாவது திட்டவட்டமான ஒரு சூழ்நிலையில், குறிப்பிட்ட ஒரு பெண்ணுக்கு ஏற்பட்ட துன்ப துயரத்தை நாம் அறிந்தாலன்றி அப்பெண்ணின் துயரத்திற் பங்குகொள்ளவியலாது. துயரம் என்பது மிகப் பொதுவான எண்ணம். அது ஒவ்வொருவருக்கு வெவ்வேறு விதத்தில் ஏற்படுகிறது. அவ்வாறு ஆளுக்கு ஆள், இடத்துக்கு இடம் வேறுபடும் அனுபவத்தைத் திரண்ட வடிவத்தில் திட்டவட்டமாகக் கூறுவதுதான் கவிஞனின் சிறப்பு. ஆனால் பெண்-சோகம் என்ற இரு சொற்களையும் சேர்ப்பதால் மேலெழுந்தவாரியாக ஒரு பொதுவான உணர்ச்சியை எழுப்புதல் கூடும். (உண்மையில், பத்திரிகைகள் இவ்வாறே பொதுப்படையாக விஷயங்களைக் கூறி மக்களை மயக்குகின்றன.) "நள்ளிரவில் கன்னி விஷம் அருந்தி இறந்தாள்" என்ற பத்திரிகைச் செய்தி ஒன்றை எடுத்துக்கொள்வோம். நள்ளிரவு – கன்னி – விஷம் – மரணம் என்ற நான்கு சொற்களைக் கொண்டே வாசகர் உள்ளங்களைக் 'கவர்ந்து' விடுகிறார் இதனை எழுதியவர். வாசகரிடத்துக் காணப்படும் மிகையுணர்ச்சியைப் பயன்படுத்தியே இத்தகைய செய்தித் தலைப்புகளைப் பத்திரிகைகள் நாள்தோறும் எழுதிக் குவிக்கின்றன.

மிகையுணர்ச்சியின் உளவியற் பண்புகள் ஒருபுறமிருக்க, அது எழுத்துகளிலே நடைமுறையில் எவ்வாறு தூண்டப்படுகிறது என்பதைக் கவனிப்போம். குறிப்பாகக் கவிதையைப் பொறுத்த வரையில் ஒவ்வொரு காலப்பகுதியிலும் சிற்சில பொருட்களும் சொற்களும் தம்மளவிலேயே மிகையுணர்ச்சியைத் தூண்டுவனவாயுள்ளன. இவற்றை இலகுவிற் பிரிக்கவியலாதாயினும் நடைமுறைத் தேவைக்காக வேறுவேறாகவே நோக்குவோம்.

'காதல்' என்ற பொருட் குறிப்பே பலருக்குப் பரவசத்தை ஊட்டவல்லது. இதன் காரணமாகவே அப்பொருள் பற்றிப் பல நூற்றுக்கணக்கான சத்தற்ற – நயமற்ற – செய்யுட்கள் தோன்றி யுள்ளன. சொற்களைப் பொறுத்தவரையில் மேலே காட்டிய இரு வாக்கியங்களில் தக்க உதாரணங்களைக் காணலாம். இவ்வாறு 'மரபு' வழிவரும் சிற்சில பொருட்களையும் சொற்களையும் யாப்பமைதிக்குள் கட்டிவிட்டால் பின்னர் பேசவேண்டியதே

யில்லை. அத்தகைய சொல்லடுக்குகளைப் பாட்டென்றே பலர் பாராட்டுவர். ஓர் உதாரணம்:

> **வயிரத்தின் ஒளிபோல் அனல் கனியும்**
> **வாயெல்லாம் புகைவாசம் மண மணக்கும்**
> **வாட்போரில் வெற்றி கண்ட மன்னன் போல**
> **வகை வகையாய்ப் பேசிநீதி நிறுத்தச் செய்யும்**
>
> **குளு குளுக்கும் மனம் நின்று குதூகலிக்கும்**
> **குறையில்லா பசு மார்க்கின் குணந் தெரியும்**
> **நிறையான மனதுடனே வாங்கச் சொல்லும்**
> **நித்த நித்தம் பசு மார்க்கே தலை சிறக்கும்.**

மேலோட்டமாகப் படிக்கும் பொழுது ஏதோவொரு பொருள் குறித்து ஒருவர் ஈடுபாட்டுடன் இச்செய்யுளைப் பாடியிருப்பதாகவே தோன்றும். 'வயிரம்', 'அனல்', 'கனி', 'மணம்', 'மன்னன்', 'வாட்போர்', 'குணம்', 'குதூகலம்', 'நிறைவு' ஆகிய சொற்கள் சம்பந்தப்பட்ட பொருளைப் பற்றிய எண்ணங்கள் சிலவற்றைப் படிப்போர் மனத்திலே தோற்றுவிக்கின்றன என்பதற்குத் தடையில்லை. மிக விலையுயர்ந்த, பழம்பெருமை வாய்ந்த, குறைவற்ற, தனிச்சிறப்பான இன்பத்தைத் தரவல்ல ஒரு பொருளைப் பற்றியே இச்செய்யுள் அமைந்துள்ளது போலவும் தோன்றக்கூடும். ஆயினும் சிறிது கூர்ந்து கவனித்தால் 'பசுமார்க் சுருட்டு' மீது பாடப்பெற்ற பாராட்டாக, அதாவது விளம்பரமாக இச்செய்யுள் அமைந்திருப்பது தெளிவாகும். அதே சமயத்தில், குறிப்பிட்ட 'மார்க்' சுருட்டைப் புகைத்து ஆனந்தித்த ஒருவரது உணர்ச்சியனுபவமாயும் செய்யுள் அமையவில்லை. பாடியவருக்கு எத்தகைய அனுபவம் ஏற்பட்டது என்பதைச் செய்யுள் புலப்படுத்துவதற்குப் பதிலாக 'மரபு'வழிப்பட்ட வருணனைகளில் வரும் சிற்சில சொல்லாட்சிகளைக் கையாண்டு, 'பொருளற்ற' ஒன்றைப் பெரிதுபடுத்திப் போலியுணர்ச்சியை வெளிப்படுத்தியுள்ளார் செய்யுள் எழுதியவர். இதனைச் செய்யுட்போலி எனல் பொருந்தும்.

மிகையுணர்ச்சிப் பாடல்கள் அடிப்படையில் இத்தகையனவே. அவையெல்லாம் விளம்பரப் பாடல்கள் எனத் தவறாகக் கருத வேண்டியதில்லை. ஆனால், பொதுப்படையாக ஒரு பொருளைப் பற்றிப் பரவசப்படும் போக்கின் பிரதிபலிப்பு என்று கூறுதல் தகும். ஒருவனைப் பார்த்து "அவன் நல்லவன்" என்று ஒருவர் புளகாங்கிதப்படலாம். ஆயின், எமக்கு அது பொருள் வளம் நிறைந்ததாகாது. ஆனால், "அவன் தாயினும் நல்லவன்" என்றால் திட்டவட்டமாக எமக்கு 'உண்மை விளக்கம்' ஏற்படுகிறதல்லவா?

இதனை இன்னோர் உதாரணத்தால் விளக்குவோம். எமது நாட்டில் நடைபெறும் கலை, இலக்கியக் கூட்டங்களிலே

சொற்பொழிவாற்றுவோர் பலர் மேற்கோள் ஒன்றைக் குறிப்பிட்டு விட்டு, "இவ்வாறு இன்னார் மிக அழகாகக் கூறியுள்ளார்" என்பதை அடிக்கடி கேட்கின்றோம். 'அழகாக' என்று அவர்கள் கூறுவதற்குப் பொருள் யாது? 'ரோசாமலர் அழகாயிருக்கிறது' என்ற பொருளிலா 'அழகாக' என்ற சொல் அக்கூற்றில் அமைந்து கிடக்கிறது? இது சிந்திக்கத்தக்கது. சற்றுக் கவனமாகப் பார்த்தால் 'அழகாக' என்ற சொல் மிகப் பொதுவாகச் சிறப்பைக் குறிப்பிடுகிறதேயன்றிக் கூர்மையாக, குறிப்பிட்ட மேற்கோளின் தன்மையைத் தெளிவுபடுத்துவதாயில்லை என்பது உறுதிப்படும். 'அழகாக' என்றதின் இடத்தில், 'சுருக்கமாக', 'திடமாக', 'பிறர் கூறியிருப்பதிலும் வேறாக', 'தனித்தன்மையுடன்', 'வேகமாக', 'நெஞ்சைத் தொடும் வகையில்', 'மென்மையாக', 'வன்மையாக', 'கட்டுறுதியாக', 'இனிமையுடன்', 'இங்கிதமாக', 'நயம்பட' என்றெல்லாம் எத்தனையோ அடைகளைக் கூறலாம். அவை ஒவ்வொன்றும் நுண்ணிய வேறுபாடுடையன என்பதும் வெளிப்படை.

குறிப்பிட்ட மேற்கோளைப் பற்றி நுணுக்கமாக விவரிக்க விரும்புபவன் 'அழகாக' என்ற பொதுச் சொல்லைத் தவிர்த்து, நாம் மேற்காட்டிய சொற்களில் ஒன்றை அல்லது அவை போன்ற ஒன்றையே தேர்ந்தெடுப்பான். அச்சொல்லே அவனது உள்ளக் கருத்தைச் சீரிய முறையிற் பொருட்டெளிவுடன் புலப்படுத்துவதாயிருக்கும். உணர்ச்சிக்கும் மிகையுணர்ச்சிக்கு முள்ள வேறுபாடு இத்தகையதே. ஓர் உணர்வையோ கருத்தையோ வரையறுத்துக் கூர்மையாக்கிக் கூறமுடியாத ஒருவன் இலக்கிய வழக்குச் சொற்களிலே தஞ்சம் புகும்போது மிகையுணர்ச்சி தோன்ற வழி பிறக்கிறது. கூற முற்பட்ட அனுபவத்துக்கே உகந்த சொற்கள் வந்து பொருந்தாமையால் வேறு சொற்களாற் கூறி முடிக்கப்பட்ட அவ்வனுபவம் உண்மையாக இருக்காமற் போவதில் வியப்பெதுவுமில்லை.

மங்கைய ராகப் பிறப்பதற்கே – நல்ல
மாதவஞ் செய்திட வேண்டும் அம்மா
பங்கயக் கைநலம் பார்த்தலவோ – இந்தப்
பாரில் அறங்கள் வளரும் அம்மா.

அன்பினுக் காகவே வாழ்பவர் ஆர் – அன்பில்
ஆவியும் போக்கத் துணிபவர் ஆர்
இன்ப உரைகள் தருபவர் ஆர் – வீட்டை
இன்னகை யாலொளி செய்பவர் ஆர்.

பெண்களின் உரிமைகள் என்ற இச்சிந்து மிகையுணர்ச்சிக்கு எடுத்துக்காட்டு. பெண்ணைப் போற்ற முற்பட்ட கவிஞர், மங்கையராய்ப் பிறப்பதற்கு நல்ல மாதவம் செய்திடல் வேண்டும்

என்று பாடுகையில் மங்கையர் என்ற பொதுக் கருத்தே அவருக்குக் கரை கடந்த உற்சாகத்தை உண்டுபண்ணுவதைக் காணலாம். 'நல்ல மாதவம்' எதற்காகச் செய்ய வேண்டும் என்பதைக் கவிஞர் எமக்கு உணர்த்தத் தவறுகிறார். பெண் பெருமைக்குரியவள் என்ற ஒரு பொதுக் கருத்தைப் பிரமாதப்படுத்தும்பொழுது 'மாதவஞ் செய்திட வேண்டும்' என்பதில் மிகையுணர்ச்சி தோன்றி விடுகிறது. "பெண்களாகப் பிறப்பதற்கு ஏன் இத்தனை பாடுபட வேண்டும்" என்றே எமது மனம் குறுக்கிடுகிறது. நடைமுறை உலகுக்கும் மேற்கூறிய மிகைக் கூற்றுக்குமுள்ள இயைபின்மை முகப்படுகிறது.

பெண்ணென்று பூமிதனில் பிறந்து விட்டால் – மிகப்
பீழை யிருக்குதடி தங்கமே தங்கம்

என்பதே உண்மைக் குரலாக இருக்கும்பொழுது 'பெண்' என்ற கருத்துப் பொருளைக் காரணமின்றிச் சிறப்பிக்க முனைவது மிகையுணர்ச்சியின் விளைவு என்றே கூறவேண்டும். திட்டவட்டமான ஓர் உணர்ச்சி பாடலை வழிநடத்தாததன் காரணமாகவே மூன்றாவது அடியில் 'மங்கையர்' என்பதற்கு எதுகையாகப் 'பங்கய' என்றமைத்துள்ளார். 'பங்கயக்கை' என்ற பதச்சேர்க்கையில் எடுத்துக்கொண்ட பொருளுக்குத் தெளிவும் வேகமும் ஊட்டும் உணர்வோ கருத்தோ இல்லை. சத்தற்ற எதுகையாகவே தொய்ந்து கிடக்கிறது. ஆசிரியர் மரபுத்தொடரொன்றிற் சரண் புகுந்துள்ளார் என்பதிற் சந்தேகமில்லை. அதைப் போல் இரண்டாவது சிந்தில் ஈற்றடியை எடுத்துக்கொண்டால்,

– வீட்டை
இன்னகை யாலொளி செய்பவர் ஆர்?

என்ற வினாவிற்குக் குழந்தைகள் என்றும் விடையிறுக்கலாம். கவிஞர் தமது உணர்ச்சியை வரையறுத்துக் கூரிய நோக்குடன் பாடியிருந்தால் பெண்கள் என்ற தனியொரு விடையே கிடைக்க வேண்டும். மேலே காட்டிய இரண்டாம் சிந்துடன் பின்வரும் சிந்தை ஒப்புநோக்குதல் பயனுடைத்து.

இன்பக் கதைகளெல்லாம் – உன்னைப் போல்
ஏடுகள் சொல்வ துண்டோ
அன்பு தருவதிலே – உனைநேர்
ஆகுமோர் தெய்வ முண்டோ?

என்று ஒரு கவிஞர் குழந்தையை முன்னிலைப்படுத்திப் பாடும்போது தோன்றும் உணர்ச்சிக்கும் பெண்கள் பற்றிய பொதுக் கூற்றுக்குமுள்ள வேறுபாடு அவதானித்தற்குரியது. இன்னோர் உதாரணம் பார்க்கலாம்.

வண்டி அற்புதப் பொருளாம் – வண்டி
மாடும் அற்புதப் பொருளாம்
வண்டி பூட்டும் கயிறும் – என்றன்
மனத்துக் கற்புதப் பொருளாம்.

இச்செய்யுளடிகளிலும் மிகையுணர்ச்சி குறைவின்றிப் பொருந்தியிருக்கிறது. வண்டி, மாடு, கயிறு ஆகியன அற்புதப் பொருட்கள் எனக் கவிஞன் கூறுவதை நோக்கும்பொழுது அற்புத உணர்வு எமக்கு ஏற்படவில்லை. இதற்குக் காரணம் 'அற்புதம்' என்ற சொல்லைச் செயற்கையாகப் பயன்படுத்தியிருத்தலாகும். இங்கும் 'அற்புதம்' என்ற அடிபட்ட இலக்கியச் சொல்லைப் பயன்படுத்துவதிலேயே திருப்தியடைந்துவிடுகிறார் கவிஞர். வண்டியிலும் கயிற்றிலும் அப்படி என்ன அற்புதம் இருக்கிறது என்று நாம் அறியுமாறில்லை. ஆசிரியரது மிகையுணர்ச்சியைப் பற்றி வேறெதுவும் எமக்குப் புலப்படவில்லை.

. . . கொடியோன் ஊன்தழை
குரம்பை தோறும் நாயுட லகத்தை
குரம்பை கொண்டின்தேன் பாய்த்து நிரம்பிய
அற்புத மான அமுத தாரைகள்
எற்புத் துளைதொறும் ஏற்றினன்.

மாணிக்கவாசகர் பாடிய இவ்வகவல் அடிகளிலும் 'அற்புதம்' என்ற பதம் வருகிறது. அதிசயிக்கத் தக்க அமுத ஒழுக்குகளை எலும்புத் துளைகள்தொறும் ஏறச் செய்தான் இறைவன் என்பதையே இங்குக் குறிப்பிடுகிறார். முதலிலே 'இன்தேன்' என்று புலன்களுக்குப் [illegible]க்கூடிய பொருள் மூலமாகப் பேரின்பத்தை வருணிக்கிறார். 'இன்தேன்' எமக்குத் திட்டவட்டமாகத் தெரிந்தது. அவ்வினிய தேன் போன்ற பேரின்பத்தை இறைவன் உடம்பெங்கும் நிறைவிக்கின்றானாம். அதன்பின், வலிய எலும்புத் துவாரங்கள் தோறும் விசைக் குழாய் மூலம் ஏற்றுவது போல் முன் ஒருபோதும் கண்டறியப்படாத பேரின்ப ஒழுக்குகளை ஏற்றுகின்றனாம். முன் கண்டறியாததொன்றை 'அற்புதம்' என்றதில் எத்தனை பொருத்தம் இருக்கிறது என்பது நுனித்து நோக்கத்தக்கது. கண்டறியாததைக் கண்டறியும் பேருணர்ச்சிக்கு 'அற்புதம்' என்ற பிரயோகம் சரியொப்பாய் அமைந்துள்ளது. அதுமட்டுமல்லாது, 'இன்தேன்', 'பாய்ந்து', 'நாயுடலகம்' ஆகிய சொற்களைக் கவிஞர் ஏலவே பயன்படுத்துவதால், பின்னர்க் குறிப்பிடும் 'அற்புதமான அமுத தாரை' உலகியலுக்குப் புலப்படும் பொருளாயும் அமைந்து விடுகிறது. கவிஞருக்கு ஏற்பட்ட பேருணர்ச்சி, பேதப்படாத, தெளிந்த, பொருள் வரையறுக்கப்பட்ட சொற்களாற் கூறப்பட்டுள்ளது. அசாதாரணத்தைச் சாதாரணமானதாக்கிவிட்டார் கவிஞர்.

இனி, வண்டியைப் பற்றிய கவிக்கூற்றை மீண்டும் நோக்குவோம். வண்டியும் மாடும் கயிறும் கவிஞர் மனத்துக்கு எவ்வாறு அற்புதமான பொருட்களாகின்றன என்பதைக் கண்டு கொள்ளும் வாய்ப்பு எமக்கு இல்லை. எனவே இச்சந்தர்ப்பத்தில் 'அற்புதம்' என்ற சொல் குறிக்கும் பேருணர்ச்சி, மிகையுணர்ச்சியாகவே திரிந்து விடுகிறது.

தலையணை என்ற தலைப்பில் கவிஞரொருவர்,

என் மஞ்சத் தொழில் மிக்க
ஏகத் தனித் திருவே.

உன்னாலே பெற்ற இன்பம்
உலகத்தி லெவரளிப்பார்
பின்னமது சொல்லிடுவார்
பித்தர் அவர் ஆவாரே.

கற்பகத் தருவென்று
கற்பனைகள் செய்திடுவர்
அற்புதமாம் உன்னுடைய
அதரம் சுவைத்தறியார்

என்றெல்லாம் பாடியிருக்கிறார். தலையணையை 'எழில் மிக்க ஏகத் தனித்திரு' என்றழைக்கும்பொழுது கவிஞரது மிகையுணர்ச்சி கோமாளித்தனத்தைத் தொட்டுவிடுகிறது. இறுதியடிகளில் 'அற்புத அதரம்' என்று கூறுவது தலையணையைப் பெண்ணாகக் கற்பித்தேயாகும். எனினும், தலையணையைப் பற்றி இவ்வாறு தலைகால் தெரியாமல் உணர்ச்சிவசப்படுவதையே மிகையுணர்ச்சி என்கிறோம். ஒரு குறிப்பிட்ட சந்தர்ப்பத்திலே அளவுக்கு அதிகமாக ஒருவரது ஏற்புடைமை இருப்பின் அதனையே மிகையுணர்ச்சி என்கின்றோம். இஃது ஒருவகைக் குற்றம் அல்லது குறைபாடு ஆகும். மேற்கூறிய தலையணை என்ற பாடலடிகள் நகைச்சுவை கருதிப் பாடப்பட்டிருந்தால் ஒருகால் பொருத்தமாய் இருந்திருக்கும்.

இலக்கியத்திற் காணும் மிகையுணர்ச்சி வாழ்க்கையி லிருந்துதான் ஊற்றெடுக்கிறது. வயது போனவர்கள் சிறிது உணர்ச்சி பூர்வமாகப் பேசிக்கொண்டிருக்கும்பொழுது கண் கலங்குகின்றனர். மது அருந்தியதும் சிலருக்கு உளம் நெகிழ்ந்து விடுகிறது. சில்லறை விஷயங்களுக்கெல்லாம் தளதளத்து விடுவதைக் காண்கின்றோம். இத்தகைய சந்தர்ப்பங்களில் மிகையுணர்ச்சி கழிவிரக்கத்தின் சாயலிலோ, பச்சாத்தாபத்தின் சாயலிலோ, அதீதப் பற்றாகவோ இருக்கிறது. உளவியல் அடிப்படையில் நோக்குமிடத்துச் சாதாரணமாக ஒருவர் உணர்ச்சிவசப்பட்டால்

அவ்வுணர்ச்சிநிலை செயலுக்குத் தூண்டுதலாக அமைவதைக் காணலாம்.

உயிரைக் காக்கும் உயிரினைச் சேர்த்திடும்
உயிரினுக் குயிராய் இன்ப மாகிடும்
உயிரி னும்இந்தப் பெண்மை இனிதடா
ஊது கொம்புகள்; ஆடு களிகொண்டே.

பெண்கள் வாழ்க என்னும் இப்பாடலிற் பெண்மையை உயிரினுஞ் சிறந்ததாகப் போற்றும் கவிஞனது உணர்ச்சி, ஆடியும் பாடியும் மகிழ்ச்சி கொண்டாடத் தூண்டுகிறது. வெறுமனே 'மாதவம் செய்திட வேண்டும்' என்று கூறுவதிலே திருப்தியடைய வில்லை. 'பெண்மை இனிதடா' என்ற கூற்றில் கவிஞனின் உணர்வு தெளிவாயும் நேர்மையாயும் இருப்பதைக் காணலாம்.

உணர்ச்சிக்கும் மிகையுணர்ச்சிக்குமுள்ள வேறுபாட்டினை மனங்கொண்டு பின்னதற்குக் கீழ்வருமாறு வரைவிலக்கணங் கூறியிருக்கிறார் ஓர் அறிஞர். "மிகையுணர்ச்சி என்பது கேவலம் உணர்ச்சியின் தோற்றப்பகட்டு மாத்திரமன்று; அல்லது அளவுக்கு மீறிய உணர்ச்சிப் பரவசமன்று; ஆனால் எத்தகைய செய்கைகளுடனும் தொடர்பற்ற முறையில் உணர்வுகளை வெறுமனே வளர்த்தலாகும்". மிகையுணர்ச்சியை ஒருவர் புகலிடமாய்க் கொண்டு செய்யுள் இயற்றுவதனால் இலக்கியத்திலே வருந்தத்தக்க – விரும்பத்தகா – விளைவுகள் ஏற்படுகின்றன. அவற்றிற் சிலவற்றை மேலே விவரித்தோம். இவ்விடத்தில் அவற்றைத் திரட்டிக் கூறலாம்.

(1) உணர்வையும் கருத்தையும் முழுமையாகத் துருவியாராய்ந்து அவற்றுக்கு ஏற்ற சொற்களிற் கூறத் தவறி, ஏலவே இலக்கியத்திற் பயின்று வரும் கருத்துப் படிவங்களையும் சொற்றொடர்களையும் துணைக் கிழுக்கும்போது ஒருவரது கூற்று உண்மையின் நாதத்தை இழந்துவிடுகிறது.

(2) ஏதாவது ஒரு பொருளைப் பற்றிப் பொதுப்படை யாகப் பரவசப்பட்டுக் கூறும்பொழுது அதன் தனிச்சிறப்பியல்புகள் முக்கியத்துவம் பெறுவதில்லை. கவிதையென்பது வெறுமனே வாய்பாடு அன்று. அனுபவம் என்ற உலைக்களத்திற் புதிதுபுதிதாக அடித்து வார்க்கப்படும் சொல்வடிவமாகும். பழைய அச்சுக்களில் உருக்கி வார்ப்பதிலே பயனெதுவும் இல்லை.

(3) சிற்சில "மரபு" வழிப்பட்ட பொருட்களுக்கே எமது ஏற்புடைமையைக் கட்டுப்படுத்திக்கொள்கிறது. இதனால் புளித்துப்போன விஷயங்களுக்கெல்லாம் புளகாங்கிதம் அடையும் விபரீதம் தோன்றுகிறது.

இவை இலக்கியத்தில் மாத்திரமல்லாது வாழ்க்கையிலும் விரும்பத்தகாதவை என்பதை வற்புறுத்த வேண்டியதில்லை. மிகையுணர்ச்சிப் பிடியிலிருந்து விட்டு விடுதலையாகுவதற்குச் சில வழிவகைகளை மேலைப் புல இலக்கியத் திறனாய்வாளர்கள் வகுத்திருக்கின்றனர். அவற்றிற் சிறப்பாகக் கவனிக்கத்தக்கது நுனித்து நோக்கல் என்ற கட்டளையாகும். ஒரு கவிதையைப் படிக்கும்போது அதன் தலைப்பையோ அல்லது சிற்சில சொற்களையோ பார்த்த மாத்திரத்தில் ஒரு முடிவுக்கு வராது, நுட்பமாகப் பாடலைப் பலமுறை படித்தல் வேண்டும். அதாவது சில விஷயங்களைப் பற்றி ஏலவே எம்மிடத்துள்ள உணர்ச்சியையோ, தெளிவற்ற கருத்துக்களையோ மாத்திரம் வழிகாட்டியாகக் கொள்ளாது கவிதையைப் படிக்கப் படிக்க எமக்குண்டாகும் உணர்வினை ஆராய முற்படுதல் வேண்டும். கவிதையைச் சீரிய முறையில் அனுபவிப்பதற்குச் சிந்தனையும் பகுத்தறிவும் தடைகள் எனச் சிலர் கூறுவதுண்டு. இக்கூற்றின் தருக்கரீதியான முடிவே மிகையுணர்ச்சி என்பதில் ஐயமில்லை.

~~

7

கவிதையின் உயிர்

1

கவிதை ஓர் அவயவி என்று முதலாம் அதிகாரத்தில் நாம் கண்டோம். கற்பனையின் செயற்பாட்டினால் உருவாக்கப்படும் உவமை, உருவகம், குறியீடு முதலாயின அதன் அகவுறுப்புகள் எனவும், சொற்களின் பொருட்பேறு, ஓசை நலம் முதலாயின கவிதையின் பிற உறுப்புகளாகவும் புறக்கருவிகளாகவும் அணிகலன்களாகவும் அமைகின்றன எனவும் கண்டோம்.

இத்தகைய உருவ அமைதியைப் பெற்றுத் திகழும் கவிதையின் உயிர்போல மிக முக்கியமாக விளங்குவது அதன் உள்ளுறை அல்லது உரிப்பொருளாகும். இதன் உரிப்பொருள் ஓர் எண்ணமாகவோ, உணர்ச்சியாகவோ இருக்கலாம். எண்ணமும் உணர்ச்சியும் பிரிக்க இயலாதவாறு ஒன்றி முயங்கி இரண்டறக் கலந்த கலவையாகவும் இருக்கலாம்.

ஆனால் வெறும் எண்ணம் அல்லது சிந்தனை பற்றற்ற வகையிலே எடுத்துப் பேசப்படுகையில் அங்குக் கவிதை நயம் இருக்காது. கேத்திர கணிதத்தையோ, கிரேக்க தத்துவ ஞானத்தையோ யாப்பமைதியுள்ள செய்யுட்களாக எழுதிவிட்டால் அது கவிதையாகிவிடாது. தருக்கரீதியாக நியாயித்தும், வாதப் பிரதிவாதங்களாக விளக்கியும் நோக்கப்படும் பரிசீலனை முறை கவிதையின் பாற்பட்டதன்று. சுருக்கமாகச் சொல்வதானால்

ஒன்றை அறிவிப்பதன்று கவிஞனின் நோக்கம்; ஒன்றை உணர்த்தி வைப்பதே கவிஞனின் தொழிலாகும்.

ஆயினும், ஒரு சங்கதியை உணர்த்தப் புகும் கவிஞன், அதனோடு சம்பந்தப்பட்ட சில செய்திகளையும் அறிவித்தே உணர்த்துகிறான். சில கவிதைகளில் அறிவுறுத்தும் பணிக்கு அதிக அழுத்தம் கொடுக்கப்பட்டிருக்கும். வேறு சில கவிதைகளில் உணர்வுறுத்தும் பணிக்கு அதிக அழுத்தம் கொடுக்கப்பட்டிருக்கும். அறிவுறுத்தலுக்கு அழுத்தம் தரும் கவிதைக்கு ஓர் உதாரணம் தருவோம்.

அறிவன்றி ஒளி எதுவும் அறியோம்; இன்றெம்
ஆய்வுக்குள் அடங்காத புதிர்கள் யாவும்
தெரிகின்ற நெறி காண்போம்; உண்மை தேடித்
திசை எங்கும் திரிபவர் யாம்; திறந்த நெஞ்சர்.
விரிகின்ற கொள்கையினர்; மாற்றம் இல்லா
விதி எதையும் எக்காலும் ஓப்போம்; சாலச்
சிறிதென்ற அணுவொன்றில் பார் புரக்கும்
செல்வம் எல்லாம் காண்கின்ற திறத்தவர் யாம்.

இங்கு ஆர்ப்பாட்டப் போர்ப்போக்கோ, ஆவேசமோ இல்லை; அழுது, கசிந்து, உருகி இரங்கும் பச்சாத்தாப நிலையோ, எள்ளி நகையாடி ஏளனம் செய்யும் பரிகாச நிலையோ, பயந்து நடுங்கி மனமழியும் ஆற்றாமையோ இல்லை; தீவிரமான உணர்ச்சிகள் என்று வருணிக்கத்தக்கவை எவையும் இல்லை. இருப்பினும் கவிதையில் ஒரு கவர்ச்சி இருக்கிறது. தெள்ளத் தெளிந்த சில சீரிய சிந்தனைகளைத் தேறித் தேர்ந்தெடுத்த திட்பமான சொற்களால் அமைதியாகவும் உறுதியாகவும் எடுத்துரைத்துள்ளதே இக்கவிதையின் நயமாகும். வேறு விதமாகச் சொல்வதாயின் சொல்வளத்தின் வழிவந்த மொழிநலமே இப்பாட்டின் பிரதான சிறப்பு.

என்றாலும், மொழிநலமுள்ள பாட்டுகளெல்லாமே உயர்வானவை அல்ல. நாம் மேலே காட்டிய பாட்டும் வெற்றெண்ணங்களின் கோவை அன்று; அதிலும் உணர்ச்சிகள் சில உண்டு. தாம் சொல்லவரும் கருத்துக்கள்மீது கவிஞருக்கு உள்ள பற்றுறுதியும் திடசித்தமுமே அவ்வுணர்ச்சிகள். அப்பற்றுதியை வாசகர்களும் பகிர்ந்துகொள்ள வேண்டும் என்பது கவிஞரின் நோக்கம். அதனாலே தமது கொள்கைகளை ஏற்றுக்கொண்டுவிட்ட ஒரு கூட்டம் இருப்பது போலவும் அக்கூட்டத்தின் கொள்கை விளக்கம்போலவும் இக்கூற்றைக் கவிஞர் அமைக்கிறார். இந்த வகையில் அவர் ஒரு நாடகப் பாத்திரமாக மாறிவிட்டார். இந்த நாடகத் தன்மையைப் படைத்துக்கொண்டு செயற்படவைத்தது அவருடைய கற்பனை ஆற்றலாகும். இந்தக் கவிதையிலே கற்பனையின் பங்கு அதுவே எனலாம்.

என்றாலும், இக்கவிதையில் உணர்ச்சிக்கு அதிக இடத்தைக் கவிஞர் கொடுத்தாரில்லை. உணர்ச்சிக்கு மேலாகச் சிந்தனையே – அதாவது கருத்தே – ஓங்கி நிற்கிறது. உணர்ச்சியோ மிகைப்பட்டு வெளித்தோன்றாமல் பின்னணியில் நின்று செயற்படுகிறது. ஆயினும் இங்கும் உணர்ச்சி உண்டு.

2

எண்ணமும் உணர்ச்சியும் கவிதையிற் பெறும் இடம்பற்றி நோக்கும் பொழுது நாம் ஓர் உண்மையைத் தெரிந்துகொள்கிறோம். நயமான கவிதைகளில் இவ்விரு கூறுகளும் தகுதியான முக்கியத்துவத்தைப் பெறுகின்றன. உணர்ச்சியை முற்றாகப் புறக்கணித்து, எண்ணத்தைப் பிரதானப்படுத்தி ஒரு செய்யுள் எழுதப்படுமானால் அது கட்டுரை ஆகி விடுகிறது. மறுபுறத்திலே போதிய அடிப்படை இல்லாத உணர்ச்சியைப் பிரதானப்படுத்தி, எண்ணத்தை முற்றாகப் புறக்கணித்து எழுதப்படுமானால் அச்செய்யுள் மிகையுணர்ச்சிப் பாடலாக இழிந்து விடுகிறது.

கவிதையைப் பொறுத்தவரையில் எந்த ஓர் அம்சத்தையேனும் முற்றாகப் புறக்கணிப்பது தரக்குறைவுக்குக் காரணமாகும். அதே போன்று எந்த ஓர் அம்சத்தையும் அளவு மீறிப் பிரதானப் படுத்துவதும் சுவைக்குறைவை விளைவிக்கும். நாம் இந்நூலிலே பேசி வந்த கவிதைக் கூறுகள் யாவற்றுக்கும் இது உண்மையாகும்.

உதாரணமாக, ஓசை நயத்தை எடுத்துக்கொள்ளலாம். ஓசை நயம் முற்றிலும் புறக்கணிக்கப்படுமாயின் வசன கவிதை எனப்படும் வெற்றுச் சொற்கூட்டம் கிடைக்கும். ஓசை நயத்தை அளவுமீறிப் பிரதானப்படுத்தினால் தெளிவு குன்றிய சலங்கை நாதம் பெறப்படும். ஓசை வறுமையுடைய வசன கவிதைகள் போலவே கருத்துத் தெளிவில்லாத கிண்கிணிச் சிலம்பல் ஒலிப் பாட்டுகளும் தரம் குறைந்தவையே. இவற்றைப் பாகுபடுத்திக் காணப் பழகுதல் சிறந்த விமரிசனப் பயிற்சியாகும்.

கற்பனையின் வழிவரும் உவமை, உருவகம், குறியீடு போன்ற அம்சங்களும் தகுந்த அளவில் இடம்பெறுவதே நன்று. மிகையான கற்பனை வெறும் புளுகுப் பந்தலாகி, படிப்பவருக்கு வெறுப்பை உண்டாக்கும். புலவர்கள் எல்லாம் புளுகர்கள் – பொய்யர்கள் என்ற தப்பபிப்பிராயம் சிலரிடையே நிலவுவதற்கு மிகைக் கற்பனைப் புனைவுப் புலவர்களே காரணர் எனலாம். உவமை – உருவகங்களை மிகுதியாகப் பொழிந்து, அவற்றை அளவு கடந்து பிரதானப்படுத்தும் பாட்டுகள் தெளிவுக்குப் பதிலாக மயக்கத்தையே கொடுக்கும். அதே வேளையில் கற்பனை முற்றாகப் புறக்கணிக்கப்படுமாயின் அங்குக் கவிதையே இருக்காது.

‘சப்பென்ற’ மொட்டைக் கூற்றாக அச்செய்யுள் சீரழிந்துவிடும். இத்தகைய செய்யுட்களைக் காட்டிலும் இவற்றின் கருத்தை நேராக எடுத்துக் கூறும் வசனம் மதிப்பு உயர்ந்ததாக இருக்கும்.

கவிதைச் சொல்வளத்தைப் பொறுத்தவரையிலும் இதே கதைதான். முன்சொல்லப்படாத அனுபவப் பரப்புகளை மொழிவசப்படுத்த முனைபவன் கவிஞன். ஆகவே, பொருள் பொதிந்த கொழுமையான சொற்களும் வரையறையுள்ள நறுக்கான சொற்களும் அவசியமே. அந்த வகையில் வேறு வகைப் படைப்புக்களைக் காட்டிலும் கவிதையில் அருஞ் சொற்கள் அதிகமாகப் பயின்று வருதல் நியாயமே. ஆயினும், அருஞ்சொற்களே பிரதானம் என எண்ணிச் ‘சொல்லுக்கட்ட’ எத்தனிக்கும் புலவர்களின் புனைவுகள் உயிர்ப் பண்பு அற்றுச் செயற்கையாய்ச் செத்துக் கிடக்கும். அருஞ்சொற்களை அளவுமீறிப் பிரதானப்படுத்தி எழுதப்படும் செய்யுட்கள் பழம்புலவர்களின் செய்யுட்களினின்றும் பெறப்பட்ட மூன்றாந்தரமான நகல்களாக நின்று விடுகின்றன. அதே வேளையில் சொல்வளம் குன்றிய கவிஞர்கள் எளிமையின் பெயரைச் சொல்லிக்கொண்டு அல்லது தூய்மையின் பெயரைச் சொல்லிக்கொண்டு எழுதும் வறிய பாடல்கள் சிறுபிள்ளைத்தனம் வாய்ந்தவையாகத் தேங்கி விடுகின்றன. ஆற்றல் இல்லாது நலிந்த நபுஞ்சகங்களாகச் சோர்ந்து கிடக்கின்றன.

ஆகவே, கவிதையை உரைத்துப் பார்த்து நயனாய எண்ணும் நாம், கவிதையின் குணநியதிகளிடையே ஒரு சமனிலை உண்டா என்பதைக் கவனித்தல் வேண்டும். கற்பனை – உண்மை; ஓசை – கருத்து; எளிமை – கடுமை; எண்ணம் – உணர்ச்சி ஆகிய சோடிகளின் ஒவ்வொரு கூறும் எதிரெதிரானவை எனலாம். அவ்வெதிரான சக்திகளுள் ஒன்று மற்றொன்றை இழுத்து விழுத்திக் குடைசாய்த்துவிடாது ஓர் அமைதியை இயற்றிக் காட்டுவதில் கவிஞன் வெற்றி பெற்றுள்ளானா என்று காண்பதே முக்கியம்.

இவ்வாறு கூறுவதனால் எல்லாக் கவிதைகளிலும் இக்கூறுகளெல்லாம் சம முக்கியத்துவம் பெற்றிருக்கும் என்று கொள்ளத் தேவையில்லை. சில கவிதைகளிற் சில சில அம்சங்கள் அதிகமாக அழுத்தம் பெறலாம். அவ்வக் கவிதைகளின் நோக்கங்களையும், அவற்றை ஆக்கிய புலவர்களின் போக்குகளையும் பொறுத்தவை அந்த வேறுபாடுகள். இவ்வேறுபாடுகளுக்கெல்லாம் தக்க கழிவு கொடுத்த பிறகும்கூட ஏதும் ஒரு தனியம்சம் முற்றிலும் புறக்கணிக்கப்பட்டிருப்பின் அல்லது எல்லை மீறிப் பிரதானம் பெற்றிருப்பின் அச்செய்யுள் தரங்குறைந்தது என்றே கருதுதல் வேண்டும். கவிதைகளை மீண்டும் மீண்டும் பயின்றும், தேர்ச்சி

பெற்ற விமரிசகர்களின் திறனாய்வுகளைப் படித்துணர்ந்தும் கவிதை நயப்பிலே நாமும் தேர்ச்சி அடையலாம்.

3

இந்நூல் முழுவதிலும் கவிதையின் வடிவம்பற்றிப் பொதுவாகவும் கவிதையின் உள்ளமைப்பையிட்டுச் சிறப்பாகவும் நாம் விளக்கினோம். கவிதையின் பயன்பற்றியும் அவ்வப்போது சில குறிப்புரைகள் தந்தோம். ஆயினும், கவிதையின் பயன் யாது என்று நேரடியாக எவ்விடத்தும் எடுத்துக்கூறினோமில்லை. ஆகவே, அதுபற்றி இனிச் சில சொற்கள் கூறுவோம்.

கவிதையின் பயன் மகிழ்ச்சியூட்டுதலே என்பர் சிலர்; அதன் பயன் அறிவூட்டுதலே என்பர் வேறு சிலர். மகிழ்ச்சியூட்டுதலே பிரதானம் என்று கூறுவோர் கவிதையொன்றின் நோக்கத்தை ஆராய்வது பயனற்ற வேலை என்றுகூட வாதிடுவர். கவிதையில் இடம்பெற்ற கருத்துக்கும் அதன் தரத்துக்கும் தொடர்பே இல்லை என்றும் கூறுவர்.

கவிதை நயப்பிலே அதன் கருத்து பிரதான இடம் பெறுவதில்லை என்று சிலர் எண்ணுவதற்கும் ஒரு காரணம் உண்டு. சில சமயங்களில் ஒரு கவிதையின் கருத்து நமக்கு விருப்பமில்லாத ஒன்றாக இருக்கலாம்; ஆயினும் நாம் அக்கவிதையை நயக்கக் கூடியவர்களாக இருக்கிறோம். திராவிடக் கழகக் கொள்கைகளை ஏற்றுக்கொள்ளாத ஒருவன்கூட, பாரதிதாசனின் பாட்டுகளை நயக்கக்கூடும். கடவுள் நம்பிக்கை சிறிதேனும் இல்லாத ஒருவன்கூ[illegible] அப்பரின் தாண்டகங்களால் ஈர்க்கப்படுதல் கூடும். இவ்வாறெல்லாம் இருப்பதால் கவிதை நயப்பு என்பது கவிதையின் கருத்தைச் சாராது தனித்து நிற்கும் ஒன்று என்ற தவறான முடிவுக்கு வருகிறோம்.

ஆனால் உண்மை என்ன? நமக்கு விருப்பமில்லாத கருத்தையுடைய கவிதையின் சுவை, அக்கருத்துக் காரணமாகக் குறைவடையவே செய்கிறது. நாம் மிகவும் விரும்பும் கருத்துக்கள் ஒரு கவிதையில் நிறைந்திருந்தால் அதனை நாம் அதிகப்படியாக விரும்புகிறோம்; சுவைக்கிறோம். கவிதைச் சுவையினை, அதில் இடம் பெற்றுள்ள கருத்தும் பாதிக்கவே செய்கிறது. இதை மறைத்துப் பயன் இல்லை.

ஏனெனில், கவிதைச் சுவைஞர்களும் மனிதர்களே. பற்றற்ற முழு ஞானிகள் அல்லர். அவர் ஒவ்வொருவருக்கும் சில கொள்கைகள், நம்பிக்கைகள், அபிப்பிராயங்கள் இருக்கும். இவற்றுக்கும் கவிதைக் கருத்துக்கும் உள்ள இசைவு –

இசைவின்மைகளைப் பொறுத்து ஒவ்வொரு வாசகரும் எய்தும் சுவைப்பேறும் வேறுபடும். அவ்வேறுபாடுகள் இருப்பதனால் கவிதையின் தரம்பற்றி எல்லாரும் ஒப்புக்கொள்ளத்தக்க உடன்பாட்டுக்கு வருதல் சிரமம். இச்சிரமத்தினின்றும் தப்புவதற்கு ஒரு வழியாகவே சிலர் கவிதையிலே கருத்து பிரதானமன்று என்று வாதிக்கிறார்கள்.

இது உண்மையான பிரச்சினைக்கு முகம் கொடுக்காது தப்பியோடும் ஒரு வழியே ஆகும். ஏனெனில், கவிதையில் கருத்து பிரதானமில்லாத ஒன்றாயின் அதைச் சொல்வதிலே கவிஞன் தன் கலைத்திறனைச் செலவு செய்திருக்க மாட்டான்; தன் படைப்பாற்றல் முழுவதையும் பிரயோகித்திருக்க மாட்டான்.

அப்படியானால் கவிதைக் கருத்தின் நலந்தீங்குகளை மதிப்பிடுவது எவ்வாறு? உலகுபற்றிய நோக்குகளும் கருத்துக்களும் ஒவ்வொருவருக்கும் ஒவ்வொரு விதமாக அமையினும் மிகப் பொதுவான வகையிலே ஒரு குறைந்தபட்ச உடன்பாடு காண்பது இயலக்கூடிய காரியமே. ஒவ்வொரு நாட்டினமும் அல்லது மொழிக் குழுவும் அல்லது வர்க்கமும் ஒவ்வொரு காலகட்டத்திலும் நன்மை – தீமை பற்றிய சில கோட்பாடுகளை மறைமுகமாகவேனும் உடையதாக இருக்கிறது. சில இலட்சியங்களும் போக்குகளும் இயல்பானவையாகக் கருதப்படுகின்றன. மனிதகுலம் முழுமையையும் எடுத்துக்கொள்ளினுங்கூட இங்ஙனம் சில குறைந்தபட்ச நியமங்களைக் கண்டுணர்தல் சாத்தியமே.

ஆயினும், இவ்விடத்தில் ஓர் எச்சரிக்கையை நாம் கூறிவைக்கலாம். கவிதையின் கருத்துக்களை மதிப்பிட்டுச் சீர்தூக்கிப் பார்ப்பதற்கு ஆழ்ந்த அறிவும் அனுபவமும் சிந்தனைத் தெளிவும் வேண்டும். கவிதை நயப்பு என்று பொதுவாகக் கருதும்போது கருத்துத் தவிர்ந்த பிற அம்சங்களின் மதிப்பீடே அனேகமாக இடம்பெறுகிறது. ஆரம்பநிலையில் அது அப்படியும் தான் அமைதல் வேண்டும்.

முதிர்ந்த நிலையில் கவிதையின் வடிவமைப்பும் உரிப்பொருளும் ஒருங்கே திறனாய்வுக்கு உட்படுவனவே. கவிதையின் வடிவமைப்பு அதன் உடல் ஆயின் உரிப்பொருளே அதன் உயிர். உயிரில்லாத உடல் பிரேதம்; உடல் இல்லாத உயிர் பிசாசு; கவிதை பிரேதமும் அன்று; பிசாசும் அன்று. ஆரோக்கியமாக உயிருடன் நடமாடும் அவயவி கவிதை. அந்த அவயவியின் மகோன்னதத்தைக் கண்டுணர்வதே திறனாய்வின் தேறிய நற்பலனாம்.

~~

அனுபந்தம்

பயிற்சிப் பாடல்கள்

திறனாய்வுப் பயிற்சிக்கு உகந்த செய்யுட்கள் சிலவற்றை இப்பகுதியிலே தந்துள்ளோம். இவை ஓடும் செம்பொனும் போலப் பலதரப்பட்டவை. வேறுபட்ட நீர்மையவை. இதுவரை நாம் பேசிவந்த கோட்பாடுகளைப் பொருத்திக் காண்பதற்கும் அவற்றின் துணைகொண்டு கவிதைகளைப் பாகுபடுத்திப் பழகுவதற்கும் இச்செய்யுட்கள் துணைநிற்கும். சான்றோர் செய்யுட்களிலிருந்து சமகாலக் கவிதைகள் வரை தமிழிலக்கியப் பரப்பை இவை பிரதிநிதித்துவப்படுத்துகின்றன என்றும் கொள்ளலாம்.

ஆற்றாமை

நிலவே, நீல்நிற விசும்பிற் பல்கதிர் பரப்பிப்
பால்மலி கடலிற் பரந்துபட் டன்றே
ஊரே, ஒலிவருஞ் சும்மையொடு மலிதொகு பீண்டிக்
கலிகெழு மறுகின் விழவய ரும்மே
கானே, பூமலர் கஞலிய பொழிலகந் தோறுந்
தாமமர் துணையொடு வண்டிமி ரும்மே
யானே, புனையிழை ஞெகிழ்ந்த புலப்புகொள் அவலமொடு
கனையிருங் கங்குலுங் கண்படை யிலெனே
அதனால் என்னொடு பொருங்கொலிவ் வுலகம்
உலகமொடு பொருங்கொலென் அவலமுறு நெஞ்சே.

~

சிரித்த முல்லை

மாலைப் போதில் சோலையின் பக்கம்
சென்றேன். குளிர்ந்த தென்றல் வந்தது.
வந்த தென்றலில் வாசம் கமழ்ந்தது.
வாசம் வந்த வசத்தில் திரும்பினேன்
சோலை நடுவில் சொக்குப் பச்சைப்
பட்டுடை பூண்டு படர்ந்து கிடந்து
குலுக்கென்று சிரித்த முல்லை
மலர்க்கொடி கண்டேன் மகிழ்ச்சிகொண் டேனே!

~

போதக் கடல்

தேவி பராசக்தி அன்னைதான் – எந்தன்
சிந்தைக் கருக்கலில் மின்னுவாள் – அவள்
ஆவி பெரிதென எண்ணுகோ – அவள்
யாக்கை பெரிதென எண்ணுகோ! – வானக்
காவியல் அண்டங்கள் யாவுமே – அவள்
காலடியின் சிறு தூசிகள் – வனப்
பூவியல் நவ்வி விழியினாள் – பதம்
போற்றிப் பணிவது நம் தொழில்.

ஆதியும் அந்தமும் அற்றதோர் – கடல்
அக்கரை இக்கரை இல்லையாம் – அதில்
ஜோதிச் சரிகைக் கரையிட்டே – அலை
துள்ளிய பேரொளி வீசுமாம் – சுற்றி
மோதி உடையும் பல் அண்டங்கள் – சில
மோகச் சுழலினில் பூக்குமாம் – அவள்
வீதியில் சிற்சில பூக்குமாம் – அவள்
வீணையை மீட்டும் தொனியிலே.

ஆழக் கடலுக்கும் அப்புறம் – விரி
வாகிய வானத்துக் கப்புறம் – வெறும்
பாழைப் பயிர் செய்து கூத்திடும் – அந்தப்
பத்து வயதுச் சிறுமிதான் – எந்தன்
பீழைக் கரு மனக்காட்டிலே – வந்து
பித்தப் பெருநகை செய்தனள் – இன்பம்
சூழ வெறி கொண்டு துள்ளினேன் – ஞானம்
சொக்கி அமுதிடைத் தூங்கினேன்.

கண்கள் உறங்கிடக் கண்டதும் – இரு
காது மடிந்திடக் கேட்டதும் – நெஞ்சப்
புண்கள் ஒழிந்திடப் பூரணம் – அங்குப்
பொங்கித் ததும்பிப் பரந்ததும் – நல்ல
தண்கள் மதுவினைப் போலவே – இன்பம்
தாவி விழுங்கித் தழைத்ததும் – கவிப்

பண்களுக் கென்றும் அகப்படாது – ஒளி
பாய்ந்து பரவசம் சூழ்ந்ததும்,

யாதெனச் சொல்லுவன் ஏழை நான்! – அந்த
ஆனந்தம் வார்த்தைக் ககப்படாது – இரு
காதற்றோன் கேட்பதோர் வர்ணனை – இரு
கண்ணற்றோன் தீட்டிய சித்திரம் – முட
வாதக்கோன் நாட்டிய வண்ணங்கள் – ஒரு
வாயற்றோன் பேசிய வார்த்தைகள் – போலப்
போதத்தைப் போதித்தல் என்று நான் – கண்டு
போதக் கடலினில் மூழ்கினேன்.

~

கலை

வித்தை ஒன்று கண்டு
வெடித்துப் போனேன்
தண்ணீர்த் தாம்பாளத்தில்
நெட்டி மொக்கை இட்ட போது
மலர் விரிந்து
வண்ண எழில் விரிந்து
மனத்தை விழுங்கக் கண்டேன்
மனத்துள்ள சின்னப்பயல்
மெதுவாய் சிரித்தான்
“இதற்கு வேரேது ?
மணமேது
காதலியின் அன்புக்கிது
ஓடமாமா ?”
இது “கலை” என்றான்
தண்ணீர்த் தாம்பாளத்தில்
நெட்டிப்பூ சொடுங்கிற்று.

~

அம்மா

காலைத் தூக்கிக் கண்ணில் ஒற்றிக்
    கட்டிக் கொஞ்சும் அம்மா
பாலைக் காய்ச்சிச் சீனி போட்டுப்
    பருகத் தந்த அம்மா.

புழுதி துடைத்து நீரும் ஆட்டிப்
    பூவுஞ் சூட்டும் அம்மா
அழுது விழுந்த போதும் என்னை
    அணைத்துத் தாங்கும் அம்மா.

அள்ளிப் பொருளைக் கொட்டிச் சிந்தி
அழிவு செய்த போதும்
பிள்ளைக் குணத்தில் செய்தான் என்று
பொறுத்துக் கொள்ளும் அம்மா.

பள்ளிக்கூடம் விட்ட நேரம்
பாதி வழிக்கு வந்து
துள்ளிக் குதிக்கும் என்னைத் தூக்கித்
தோளிற் போடும் அம்மா.

பாப்பா மலர்ப் பாட்டை நானும்
பாடி ஆடும் போது
வாப்பா இங்கே வாடா என்று
வாரித் தூக்கும் அம்மா.

~

திருச் செந்தில்

தண்டையணி வெண்டையங் கிண்கிணிச தங்கையுந்
தண்கழல்சி லம்புடன் கொஞ்சவே நின்
தந்தையினை முன்பரிந் தின்பவுரி கொண்டுநன்
சந்தொடம ணைந்துநின் றன்பு போலக்
கண்டுறக டம்புடன் சந்தமகு டங்களுங்
கஞ்சமலர் செங்கையுஞ் சிந்துவேலும்
கண்களுமு கங்களுஞ் சந்திரநி றங்களுங்
கண்குளிர என்றன்முன் சந்தியாவோ
புண்டகரிக ரண்டமுங் கொண்டபகி ரண்ட மும்
பொங்கியெழ வெங்களங் கொண்டபோது
பொன்கிரியெ னஞ்சிறந் தெங்கினும் வளர்ந்துமுன்
புண்டரிகர் தந்தையுஞ் சிந்தைகூர
கொண்டநட னம்பதஞ் செந்திலிலு மென்றன்முன்
கொஞ்சிநட னங்கொளுங் கந்தவேளே
கொங்கைகுற மங்கையின் சந்தமண முண்டிடுங்
கும்பமுநி கும்பிடுந் தம்பிரானே.

~

செந்தீ

சாதித் திமிருடன் வாழும் தமிழனோர்
பாதித் தமிழனடா – அவர்
நீதி தனக்கொரு நீதி பிறர்க்கொரு
நீதியென் றாடுதடா – தமிழ்
நீதி மறந்தவர் எந்த மதத்தினிற்
சாதி படித்தனரோ – அதை

மோதி யுடைப்பது தானொரு பாதையென்
றோதி எழுந்திடுவாய்.

அந்த மனிதனும் இந்த உலகினின்
சொந்த மனிதனடா – அவன்
இந்த உலகினில் வந்து கிடப்பது
நொந்து கிடந்திடவோ – அட
இந்து மதத்தினுக் கிந்த நிலைதனைத்
தந்தது எந்த மறை – அது
வெந்து மடிந்திட உந்தியெ ழுந்திடும்
செந்தீ எழுந்திடுவாய்.

~

முகிற் சிற்பம்

காற்றெனும் சிற்பி கார்முகில் செதுக்கிக்
கவின்மிகு சிற்பக் காட்சிகள் புனைவன்
கோதிலாச் சிற்பக் கோவிலொன் றாக்கக்
குறித்தவன் குறித்தவா றமைத்திட இயலான்
சிற்பம் ஆக்குவன் சிதைவு செய்குவன்
ஆக்குவன் மீண்டும் நோக்குவன் அழிப்பனால்;

வானம் வனையும் வர்ணச் சிற்பம்
காணக் காணக் குமையுமென் னுள்ளம்.
முகில்கள் ஒருகணம் மோகன உருக்கொளும்
முற்றும் சிதைந்து முடியும் மறுகணம்
மனிதக் குழுவின் மாய்விலாச் சலனம்
மகிதலப் படைப்பின் மாபெரும் சுழற்சி
அனைத்தும் போன்றதிவ் வதிசயக் காட்சி;
வானம் எனும்பெரு நாடக சாலையில
ஒவ்வோர் அந்தியும் ஓரருங் கூத்து
முகிலெனும் சிற்ப நடிகர்
முனைந்தங் காடுவர் முறைமுறை வந்தே.

~

நல்லதோர் வீணை

நல்லதோர் வீணைசெய்தே – அதை
நலங்கெடப் புழுதியில் எறிவதுண்டோ ?
சொல்லடி சிவசக்தி – எனைச்
சுடர்மிகும் அறிவுடன் படைத்துவிட்டாய்.
வல்லமை தாராயோ – இந்த
மாநிலம் பயனுற வாழவதற்கே ?
சொல்லடி சிவசக்தி – நிலச்
சுமையென வாழ்ந்திடப் புரிகுவையோ ?

விசையுறு பந்தினைப்போல் – உள்ளம்
    வேண்டிய படிசெலும் உடல்கேட்டேன்
நசையறு மனங்கேட்டேன் – நித்தம்
    நவமெனச் சுடர்தரும் உயிர் கேட்டேன்
தசையினைத் தீசுடினும் – சிவ
    சக்தியைப் பாடும்நல் அகங்கேட்டேன்
அசைவறு மதிகேட்டேன் – இவை
    அருள்வதில் உனக்கெதுந் தடையுள்ளதோ ?

~

திருவாரூர்த் தியாகேசர்

ஒருமாடும் இல்லாமல் மைத்துனனார்
    உலகமெலாம் உழுதே உண்டார்
நரைமாடோ ஒன்றிருக்க உழுதுண்ண
    மாட்டாமல் நெஞ்சை உண்டீர்
இருநாழி நெல்லிருக்க இரண்டு பிள்ளை
    தானிருக்க இரந்தே உண்டீர்
திருநாளும் உண்டாச்சே செங்கமலைப்
    பதிவாழும் தியாக னாரே!

~

நற்றாய் இரங்கல்

பாணியிலே புள்ளிமான் பாகத்தே பச்சைமான்
வேணி தனிலேஓர் வெள்ளைமான் – காணுமலர்ச்
செம்மான் உலவும் திருமறைக் காட்டீசரே
எம்மா னுக்குளங்கே இடம் ?

~

தமிழ்த் திருநாள்

பகுத்தறிவுக் கொவ்வாத கதையைக் கேட்டுப்
    பலவாகத் திருநாளைப் பெருக்கிக் கொண்டோம்
இகழ்ச்சிதரும் பொய்க்கதையை இனிமே லேனும்
    இல்லாமல் தீயிட்டுப் பொசுக்க வேண்டும்
உழைக்கின்ற செந்தமிழர் குருதி தன்னை
    உறிஞ்சியே தன்வாழ்வை நடத்து கின்ற
பழிகாரக் கும்பலினை யொழிக்கு நாளே
    பைந்தமிழர் வாழ்வினிலோர் திருநா ளாகும்.

அறுபதாண் டுகள்வந்த கதையைப் பார்த்தால்
அறிவுநெறி கற்புமுறை யனலில் வேகும்
குறள்தந்து தமிழ்காத்த புலவன் பேரால்
கொண்டிடுக தமிழாண்டைத் தமிழக மக்கள்
தைத்திங்கள் முதனாளைத் தமிழராண்டின்
தலைநாளாய்க் கொண்டந்தத் தலைநா டன்னில்
தைப்பொங்கல் விழாவினையோர் திருநா ளாக்கித்
தமிழ்த்திருநாள் கொண்டாடித் தமிழர் வாழ்க.

~

கோசலையின் துயரம்

ஆங்கு, அவ் வாசகம் என்னும் அனல், குழை
தூங்கு தன் செவியில் தொடரா முனம்,
ஏங்கினாள்; இளைத்தாள்; திகைத்தாள்; மனம்
வீங்கினாள்; விம்மினாள்; விழுந்தாள் அரோ.

'வஞ்சமோ, மகனே! உனை, "மா நிலம்
தஞ்சம் ஆக நீ தாங்கு" என்ற வாசகம் ?
நஞ்சமோ! இனி, நான் உயிர் வாழ்வெனோ ?
அஞ்சும்; அஞ்சும்; என் ஆர் உயிர் அஞ்சு மால்!'

கையைக் கையின் நெரிக்கும்; தன் காதலன்
வைகும் ஆல் இலை அன்ன வயிற்றினைப்
பெய் வளைத் தளிரால் பிசையும்; புகை
வெய்து உயிர்க்கும்; விழுங்கும், புழுங்குமால்.

'அறம் எமக்கு இல்லையோ ?' என்னும்; 'ஆவி நைந்து
இறவிடுத்தது என், தெய் வதங்காள் ?' என்னும்;
பிற உரைப்பது என் ? கன்று பிரிந்துழிக்
கறவை ஒப்பக் கரைந்து கலங்கினாள்.

~

கங்காணி

கொண்டை யிலே பூவிருக்க
கொண்டுவந்த கங்காணி
கொந்தரப்பு வேலையிலே
கொல்லுறானே கங்காணி.

ஏல மலைக்குப் போனேன்
ஏழெட்டு நாள் வேலை பார்த்தேன்
ஊரை நினைக்கையிலே
உருகுதையா எம்மனசு.

ஏலமலையும் கண்டேன்
ஏலமலைத் தோட்டம் கண்டேன்
பாவிப்பய பஞ்சம் வந்து
பண்ணைப்புறம் கோம்பை கண்டேன்.

~

கந்தரலங்காரம்

மண்கம முந்தித் திருமால்
வலம்புரி ஓசை அந்த
விண்கமழ் சோலையும் வாவியும்
கேட்டது; வேலெடுத்துத்
திண்கிரி சிந்த விளையாடும்
பிள்ளைத் திரு அரையில்
கிண்கிணி ஓசை பதினா
றுலகமும் கேட்டதுவே.

~

சங்க நாதம்

எங்கள் வாழ்வும் எங்கள் வளமும்
மங்காத தமிழென்று சங்கே முழுங்கு
எங்கள் பகைவர் எங்கோ மறைந்தார்
இங்குள்ள தமிழர்கள் ஒன்றாதல் கண்டே!

திங்களொடும் செழும்பரிதி தன்னோடும் விண்ணோடும்
உடுக்களோடும்
மங்குல் கடல் இவற்றோடும் பிறந்ததமிழுடன் பிறந்தோம்
நாங்கள் ஆண்மைச்
சிங்கத்தின் கூட்டமென்றும் சிறியோர்க்கு ஞாபகம்செய்
முழங்கு சங்கே!

சிங்களஞ்சேர் தென்னாட்டு மக்கள்
தீராதி தீரரென் றூதூது சங்கே
பொங்கு தமிழர்க் கின்னல் விளைத்தால்
சங்காரம் நிசமெனச் சங்கே முழங்கு!

வெங்கொடுமைச் சாக்காட்டில் விளையாடும் தோளெங்கள்
வெற்றித் தோள்கள்
கங்கையைப்போல் காவிரிபோல் கருத்துக்கள் ஊறுமுள்ளம்
எங்கள் உள்ளம்
வெங்குருதி தனிற்கமழ்ந்து வீரம்செய் கின்றதமிழ்
எங்கள் மூச்சாம்!

~

சுதந்திர தேவி

இதந்தரு மனையின் நீங்கி
இடர்மிகு சிறைப்பட் டாலும்
பதந்திரு இரண்டும் மாறி
பழிமிகுந் திழிவுற் றாலும்
விதந்தரு கோடி இன்னல்
விளைந்தெனை அழித்திட் டாலும்
சுதந்திர தேவி நின்னைத்
தொழுதிடல் மறக்கி லேனே.

நின்னருள் பெற்றி லாதார்
நிகரிலாச் செல்வ ரேனும்
பன்னருங் கல்வி கேள்வி
படைத்துயர்ந் திட்டா ரேனும்
பின்னரும் எண்ணி லாத
பெருமையிற் சிறந்தா ரேனும்
அன்னவர் வாழ்க்கை பாழாம்
அணிகள்வேய் பிணத்தோ டொப்பார்.

தேவிநின் னொளிபெ றாத
தேயமோர் தேய மாமோ
ஆவியங் குண்டோ செம்மை
அறிவுண்டோ ஆக்க முண்டோ
காவிய நூல்கள் ஞானக்
கலைகள் வேதங்க ளுண்டோ
பாவிய ரன்றோ நின்தன்
பாலனம் படைத்தி லாதார்?

~

தேரும் திங்களும்

"ஊரெல்லாம் கூடி ஒருதேர் இழுக்கிறதே,
வாருங்கள் நாமும் பிடிப்போம்
வடத்தை!" என்று
வந்தான் ஒருவன்.

வயிற்றில் உலகத்தாய்
நொந்து சுமந்திங்கு நூறாண்டு
வாழ்வதற்காய்ப்
பெற்ற மகனே அவனும். பெருந்தோளும்
கைகளும், கண்ணில் ஒளியும்.
கவலையிடை
உய்ய விழையும் உள்ளமும் உடையவன்தான்.

வந்தான்; அவன் ஓர் இளைஞன்;
மனிதன்தான்.

சிந்தனையாம் ஆற்றற் சிறகுதைத்து
வானத்தே
முந்தநாள் ஏறி முழுமதியைத் தொட்டுவிட்டு
மீண்டவனின் தம்பி; மிகுந்த உழைப்பாளி.

ஈண்டு நாம் யாரும் இசைந்தொன்றி
நின்றிடுதல்
வேண்டும் எனும் ஓர் இனிய விருப்புடனே
வந்தான், குனிந்து வணங்கி
வடம்பிடிக்க.

"நில்!" என்றான் ஓராள்
"நிறுத்து!" என்றான் வேறோராள்
"புல்!" என்றான் ஓராள்
"புலை!" என்றான் மற்றோராள்
"கொல்!" என்றான் ஓராள்
"கொளுத்து!" என்றான் இன்னோராள்.

கல்லொன்று வீழ்ந்து கழுத்தொன்று
வெட்டுண்டு
பல்லோடுதடு பறந்து சிதறுண்டு,
சில்லென்று செந்நீர் தெறித்து நிலம்சிவந்து,
மல்லொன்று நேர்ந்து
மனிசர் கொலையுண்டார்.

ஊரெல்லாம் கூடி இழுக்க உகந்ததோர்
வேர்கொண்டது போல் வெடுக்கென்று
நின்றுவிடப்
பாரெல்லாம் அன்று படைத்தளித்த
அன்னையோ
உட்கார்ந் திருந்துவிட்டாள் ஊமையாய்த்,
தான்பெற்ற
மக்களுடைய மதத்தினைக் கண்டபடி.

முந்தநாள் வான முழுமதியைத் தொட்டுவிட்டு
வந்தவனின் சுற்றம் அதோ
மண்ணில் புரள்கிறது!

~

மெரீனா

கடலோரம்;
மணல் மீது
ஜனங்கள் ஓர்
நகரும் பாலம்.
இடை இடையில் சிறு
பிள்ளை விழியாய்

வியக்கும் – பல
விளக்குக் கோலம்.
இருளில்
பல நிலையில்,
மனதில்
கனவு கட்டி,
மணலைக் கலைக்கும்
விளையாட்டு யௌவனம்.
அங்கே
சில ‘தனிக் கால்கள்’
ஏங்கி
ஈரம் தேடிப் பதியும்
அலையோரம்,
அடிக்கும் மீன் வீச்சும்
வானொலியின் வாடிக்கைப் பேச்சும்
வாழ்வுக்கு உப்பாகும்.
ஜனங்கள் ஓர்
நகரும் பாலம்.

~

படர்க்கை

தகரக்குவளையின் *holder*
அது தரமான *rust*–க்கு அர்ப்பணம்...
விதவையின் முதுமையில் விநயம் –
அதில் இளமையின் *clasp* தந்த புடைப்பு;
காலையில் நதிப்புறம் போனால்
காலிப்பின் கவிதையின் மோனம்.
வற்றிய *features* இனிமேல்
நாயுடு ஹாலினை நாடா:
Oedipus கண்டவள், கொண்டவள்
மாந்தோப்புக் குட்டையைக் காண்கையில்
ஒரு *splash*, சில *ripples*.
மேற்கில் *drain* ஆகும் செம்மை...
சிதலமாம் நினைவின் ஆணுகை!
பிண்டப் படைப்பின் *glitter*
அது *retail lust*–க்கு சாஸ்வதம்...

~ ~

பொருளகராதி

அகக்காட்சி, 23
அதீதக் கற்பனை, 38
அவயவி, 19, 93, 98
அற்புதம், 89-90
அறிவுசார்ந்த உணர்ச்சி, 82
அறிவுறுத்தல், 94
அழகின் சிரிப்பு, 24, 39
இசை, 17, 50, 108, 110
இலக்கணவிதிக் கற்பனை, 82
இலக்கிய மொழி, 70
இலக்கியச் சொல், 68, 89
உணர்ச்சி, 22, 27, 29-30, 34, 37, 40, 50, 59, 60, 67, 76-84, 87-88, 90-91, 93, 95-96
உணர்ச்சிச் சுழிப்பு, 29, 30, 80
உணர்வுறுத்தல், 94
உரிப்பொருள், 42, 93
உருவகம், 23, 25-26, 33, 38, 43, 50, 93, 95
உரைநடை, 49
உவம உருபு, 21
உவமானம், 21-22, 39
உவமேயம், 21

உவமை, 7, 20, 21, 23-24, 26-27, 30-33, 38, 43, 50, 61, 75, 80, 93, 95
உள்ளுணர்வு, 24, 41, 77
உளப்பாட்டுக் கவிதை, 79
எட்டுத்தொகை, 66, 67
எதுகை, 50, 52, 54-55, 57, 60
எளிமை, 15, 96
ஏற்புடைமை, 90
ஒப்புமை, 21-22, 27-28, 30, 33
ஒலிநயம், 49-50, 52, 58, 61, 80
ஓசைக்கோலம், 53, 55
கட்டுரை, 30, 73, 95
கம்பன், 17, 36-37, 57, 63, 69, 70, 73-74
கருத்துப்பொருள், 25-26, 35, 42, 88
கற்பனை, 17, 34-45, 50, 56, 61, 75, 80, 82-83, 94-96, 110
காட்சிப்பொருள், 25-26, 42
குறியீடு, 23, 43, 93, 95
சந்தம், 15, 55, 60
சான்றோர் செய்யுள், 18
சிந்தனை, 21, 29, 41, 77, 82, 92-93, 95
சிலேடை, 15

சிவபிரகாச சுவாமிகள், 82

சுவானுபூதி, 26

சேக்கிழார், 14, 23

செஞ்சொற் கவியின்பம், 74

செய்யுட்போலி, 86

சொல்லலங்காரம், 15, 57

சொல்வளம், 7, 61–62, 71–72, 75, 80, 96

சிதம்பரநாத முதலியார், டி.கே., 84

தத்துவம், 14

தன்பொருட்டுக் கவிதை, 79

தன்னுணர்ச்சிப் பாட்டு, 83–84

தனித்தமிழ், 66

திருச்சிற்றம்பலக் கவிராயர், 35

திரைப்பாடல், 52

தேசிகவிநாயகம் பிள்ளை, 64

தெளிவு, 42, 57, 88, 95, 98

தொடை, 17, 38, 51, 53

நாடகத்தன்மை, 73, 94

நாடோடிப் பாடல், 78

நாமக்கல் கவிஞர், 32

நீதி, 14, 28–30, 59–60, 102

நுண்கலைகள், 17

நோக்கம், 15, 44, 55, 94

பக்தி, 14, 24

பகுத்தறிவு, 19, 92, 104

படிமம், 43–47

பத்துப்பாட்டு, 65, 67

பதினெண் கீழ்க்கணக்கு, 14

பயிற்சி, 9, 11, 18–19, 46, 63, 99

பரவசம், 101

பழகுதமிழ், 15, 71–72, 74

பாரதி, 14–16, 37–38, 64–65, 74, 84

பாரதிதாசன், 24, 27, 31, 39, 56–57, 64–65, 72, 97

பாட்டு, 14, 39, 46, 50, 53–57, 94, 98

பிள்ளைத்தமிழ், 32

புதுமைப்பித்தன், 71

புலப்பாடு, 34, 45

புறநானூறு, 84

பெரியபுராணம், 14

பெருங்கவிஞர், 62

பேச்சு வழக்கு, 69, 71–72

போலி இரசனை, 30

மகிழ்ச்சியூட்டுதல், 97

மந்திர உச்சாடனம், 13, 36

மயக்கம், 80–81

மிகையுணர்ச்சி, 84, 87–89; 90,–92

முருகையன், 2, 4–5

முற்றுருவகம், 33

மெய்ப்பாடு, 76

மோனை, 50, 52–57

யாப்பு, 51, 53, 55, 58

வசனகவிதை, 58

வண்ணம், 24, 29, 60, 74, 79

வாய்மொழிப் பாட்டு, 78

வானசாத்திரம், 14

விளம்பரப் பாட்டு, 86

வைத்தியம், 14–15